ഗ്രീൻ ബുക്സ്

കുതിരയെ തനിച്ചാക്കിയതെന്തിന്?

മഹ്മൂദ് ദർവിഷ് (1944-2008)

പശ്ചിമ ഖലീലിയിലുള്ള അൽബിർവ ഗ്രാമത്തിൽ ജനനം.
പിതാവ്: സാലിം. മാതാവ്: ഹുറയ്യ ദർവിഷ്.
ഇസ്രയേൽ സംസ്ഥാനം രൂപവത്കരിക്കപെട്ടതോടെ
ദർവീഷിന്റെ കുടുംബം ലബനാനിലെ ജെസ്സിനിലേക്കും
പിന്നീട് ദമൂറിലേക്കും പലായനം ചെയ്തു. ഒരു വർഷത്തിനു ശേഷം
അവർ തിരിച്ചു വരികയും ഇസ്രയേലിന്റെ ഭാഗമായ ആകറിലെ
ദാറുൽ അസദിൽ സ്ഥിരതാമസമാക്കുകയും ചെയ്തു.
കഫ്ർ യാസിഫിലുള്ള ഹൈസ്കൂളിലാണ് ദർവിഷ് പഠിച്ചത്.
ദർവീഷിന്റെ ആദ്യ കവിതാ പുസ്തകം അസാഫിൽ ബിലാ
അജിനിഹാ അഥവാ 'ചിറകൊടിഞ്ഞ കുരുവി' അദ്ദേഹത്തിന്റെ
പത്തൊമ്പതാം വയസ്സിലാണ് പുറത്തുവരുന്നത്.
1970ൽ റഷ്യയിലേക്ക് പഠനത്തിനായി പോയി.
ഒരു വർഷം മോസ്കോ സർവകലാശാലയിൽ പഠിച്ചു.
1973ൽ ദർവിഷ് പി.എൽ.ഒ.യിൽ ചേർന്നതോടെ
അദ്ദേഹത്തിന് ഇസ്രയേലിൽ പുനഃപ്രവേശനം തടയപ്പെട്ടു.
2008ൽ, യു.എസ്സിലെ ഹൂസ്റ്റണിൽ വെച്ച് അന്തരിച്ചു.
നിരവധി അന്താരാഷ്ട്ര അവാർഡുകളും
അംഗീകാരങ്ങളും ലഭിച്ച ദർവിഷിന്റെ കൃതികൾ
36ലധികം ഭാഷകളിലേക്ക് വിവർത്തനം ചെയ്യപ്പെട്ടു.
അവയിൽ പ്രധാനപ്പെട്ടവ: Eleven Planets, Bed of the Stranger,
Mural, State of Siege, Do Not Apologize for What You Have Done,
Like Almound Flowers or Further, Memory for Forgetfulness:
August, Beirut, 1982, Journal of an Ordinary Grief,
The Butterfly's Burden, The Dice Player, Unfortunately it was Paradise

അംജദ് അമീൻ കാരപ്പുറം : മലപ്പുറം ജില്ലയിലെ
മൂത്തേടം പഞ്ചായത്തിലെ കാരപ്പുറത്ത് 1995ൽ ജനനം.
എം.എം.എം.എൽ.പി സ്കൂൾ, ക്രസന്റ് യു.പി സ്കൂൾ,
ജി.എച്ച്.എസ്.എസ് മൂത്തേടം എന്നിവിടങ്ങളിൽ പ്രാഥമിക പഠനം.
എടവണ്ണ ജാമിഅഃ നദ്‌വിയ്യയിൽ നിന്ന് ബിരുദം, ഡൽഹി ജാമിയ
മില്ലിയ്യ കേന്ദ്ര സർവകലാശാലയിൽ നിന്ന് ബിരുദാനന്തര ബിരുദം.
ഇപ്പോൾ പെരിന്തൽമണ്ണ പി.ടി.എം ഗവൺമെന്റ് കോളേജിലെ
അറബിക് വിഭാഗത്തിൽ ഗവേഷണ വിദ്യാർത്ഥിയാണ്.
എഴുത്തിൽ സജീവം.

കവിത

കുതിരയെ തനിച്ചാക്കിയതെന്തിന്?

മഹ്മൂദ് ദർവിഷ്

വിവർത്തനം

അംജദ് അമീൻ കാരപ്പുറം

ഗ്രീൻ ബുക്സ്

green books private limited
gb building, civil lane road, ayyanthole,
thrissur- 680 003, kerala, ph: +91 487-2381066, 2381039
website: www.greenbooksindia.com
e-mail: info@greenbooksindia.com

branches:
thrissur 0487-2422515
thiruvananthapuram 0471-2335301
calicut 0495 4854662

original arabic title
لماذا تركت الحصان وحيدا
poem
by
Mahmoud Darwish

english
why did you leave the horse alone?

malayalam
kuthiraye thanichakkiyathenthinu?

translated by
amjad ameen karappuram

first published october 2024

منحة الترجمة
Translation Grant
صندوق منحة الشارقة للترجمة
Sharjah Translation Grant Fund

cover design : rajesh chalode

printed in india
manipal technologies ltd

isbn : 978-93-48125-41-5

₹ 200.00
GBPL/1397/2024

മുഖക്കുറി

മഹ്മൂദ് ദർവിഷ് ഒരു പ്രതിഭാധനനായ കവി മാത്രമായിരുന്നില്ല. നിഷ്കാസിതരായ പലസ്തീൻ ജനതയുടേയും ആ ഭൂമികയുടെ ആത്മാവിഷ്കാരങ്ങളുടേയും ശബ്ദമായിരുന്നു. ഇസ്രായേലിന്റെ രൂപീകരണത്തോടെ കുടിയൊഴിക്കപ്പെടുകയും അന്യവൽക്കരിക്കപ്പെടുകയും ചെയ്ത ഒരു പ്രവിശ്യയിൽ ജനിച്ച പലസ്തീൻകാരനായ ദർവിഷിന്റെ കവിതകൾ ആ ജനതയുടെ ആദ്യകാല പ്രതിഷേധങ്ങളുടെ കനൽ ഊതിക്കത്തിച്ചവയായിരുന്നു.

പത്തൊമ്പതാമത്തെ വയസ്സിലാണ് ദർവിഷിന്റെ ആദ്യകവിതാ സമാഹാരമായ 'ഒലീവുമരത്തിന്റെ ഇലകൾ' പുറത്തിറങ്ങിയത്. അതിലെ 'ഐഡന്റിറ്റി കാർഡ്' എന്ന കവിത കുടിയേറ്റപ്പെട്ട എല്ലാ മനുഷ്യരുടെയും ശബ്ദമായി മാറുകയായിരുന്നു.

ദർവിഷിന്റെ കവിതകൾ അക്രമത്തിന്റേയോ ഭീകരതയുടേയോ സ്വരമായിരുന്നില്ല. നിഷ്കാസിതരായവർക്ക് അവർ ജന്മമെടുത്ത വീടുകളോടും പഴയ ചുറ്റുപാടുകളോടുമുള്ള അദമ്യമായ സ്നേഹവും വേർപാടിന്റെ വേദനകളുമായിരുന്നു. സ്നേഹത്തിന്റെ അടിയൊഴുക്കുകളായിരുന്നു ആ കവിതകളുടെ ആകർഷണം.

ദർവിഷ്, അദ്ദേഹത്തിന്റെ അമ്പതുകളിൽ എഴുതപ്പെട്ടുവെന്നു കരുതുന്ന 'കുതിരയെ തനിച്ചാക്കിയതെന്തിന്' എന്ന കവിതാസമാഹാരത്തിലും കുഞ്ഞുനാളിൽ താൻ ജനിച്ച നാട്ടിൽ നിന്നും നിഷ്കാസിതനാക്കപ്പെട്ടതിന്റെ ഓർമ്മകളും സ്നേഹത്തിന്റെ വിവിധ

ഭാവങ്ങളും നിരാശയുടെ സ്വരവും കൂടുതൽ ഭാവാത്മകതമായി പ്രതിഫലിക്കുന്നു. വർഷങ്ങൾക്കു ശേഷവും യുദ്ധങ്ങൾക്ക് അവസാനമില്ല എന്ന യാഥാർത്ഥ്യം തിരിച്ചറിയുന്ന കവിതയാണ് 'അവൻ അകലേക്ക് നടക്കുമ്പോൾ'.

"നമ്മുടെയുള്ളിലെ ഭൂമി
സ്വയം കറങ്ങിക്കൊണ്ടിരിക്കുന്ന
കാലത്തോളം യുദ്ധമവസാനിക്കില്ല.
അതിനാൽ നമുക്ക് പരസ്പരം
നന്മയും ദയയും ഉള്ളവരാവാം."

വർത്തമാനകാല സംഭവപരമ്പരകൾ അദ്ദേഹത്തിന്റെ ദർശനാത്മക കാഴ്ചപ്പാടുകളെ സാധൂകരിക്കുകയാണല്ലോ?

'കുതിരയെ തനിച്ചാക്കിയതെന്തിന്' എന്ന സമാഹാരത്തിൽ കാല്പനികതയുടെയും ഇതിഹാസങ്ങളുടെയും ദാർശനികതയുടെയും പശ്ചാത്തലത്തിൽ നാടുകടത്തപ്പെട്ടവരുടേയും സ്വത്വം നഷ്ടപ്പെട്ടവരുടേയും വ്യഥകൾ പറയുകയാണ്.

അറബിയിൽ നിന്നും കവിതകൾ നേരിട്ട്, വളരെ കുറഞ്ഞ സമയത്തിനുള്ളിൽ, അർത്ഥഭംഗി ഒട്ടും ചോരാതെ, ലളിതമായ ഭാഷയിൽ മൊഴിമാറ്റം നടത്തിയ അംജദ് അമീന് നന്ദി. പുസ്തകത്തിന്റെ രൂപകല്പനയിൽ ഞങ്ങളോട് സഹകരിക്കുകയും വിലയേറിയ നിർദ്ദേശങ്ങൾ നൽകുകയും ചെയ്ത പ്രശസ്ത എഴുത്തുകാരനായ കരുണാകരനും നന്ദി.

എഡിറ്റർ

ഉള്ളടക്കം

അങ്ങകലെ എന്റെ മായാരൂപം തെളിഞ്ഞുവരുന്നത് ഞാൻ കാണുന്നു...

ഒരു വീടിന്റെ മട്ടുപ്പാവുപോലെ
ചുറ്റുമുള്ള കാഴ്ചകളിലേക്കു ഞാൻ നോക്കുന്നു...
സായാഹ്നസല്ലാപത്തോടൊപ്പം
നുകരുവാൻ വീഞ്ഞും റൊട്ടിയും
നോവലുകളും പാട്ടുകളുമായെത്തുന്ന കൂട്ടുകാരിലേക്കും

എന്റെ തലയ്ക്കുമീതെ വട്ടമിടുന്ന
കടൽക്കാക്കയിലേക്കും
ഈ മണ്ണിന്റെ മുഖഛായയും മാറ്റുന്ന
സൈനികട്രക്കുകളിലേക്കും

ഒന്നരക്കൊല്ലം മുന്നേ
കാനഡയിൽ നിന്നു വരുത്തിയ
അയൽവാസിയുടെ വളർത്തുനായയിലേക്കും

തിബര്യാസിൽ[1] നിന്ന് ഈജിപ്തിലേക്ക്
സങ്കീർത്തനമാം തേരിലേറി യാത്രചെയ്ത
അബുത്വയ്യിബ് അൽ മുത്തുനബ്ബി[2]യുടെ നാമത്തിലേക്കും

ഇരുമ്പുവേലിക്കുമീതെ വളർന്നു നിൽക്കുന്ന
പേർഷ്യൻ പനിനീർപ്പൂവിലേക്കും ഞാൻ നോക്കുന്നു.

---

1. ഗലീലി കടലിന്റെ പടിഞ്ഞാറൻ തീരത്ത് എ.ഡി. 20ൽ സ്ഥാപിക്കപ്പെട്ട ഒരു ഇസ്രായേലി നഗരം.
2. അബ്ബാസി കാലഘട്ടത്തിലെ ഒരു കവി.

ഒരു വീടിന്റെ മട്ടുപ്പാവുപോലെ
ചുറ്റുമുള്ള കാഴ്ചകളിലേക്കും ഞാൻ ഉറ്റു നോക്കുന്നു.

* * *

രാത്രിയുടെ നിഗൂഢതകൾക്കും
എന്റെ മരണം കൊതിക്കുന്നവരുടെ സുഖനിദ്രയിലേക്കും
കാവൽനിൽക്കുന്ന ഒറ്റമരത്തിലേക്കും
നഷ്ടപ്പെട്ട ജന്മദേശം തേടിയലയുന്ന കാറ്റിലേക്കും
വെയിൽകാഞ്ഞിരിക്കുന്ന സ്ത്രീയിലേക്കും
ഞാൻ നോക്കുന്നു.

ജെറുസലേമിലേക്ക് നഗ്നപാദരായി
നടന്നുകയറുന്ന പ്രവാചകന്മാരുടെ
സംഘത്തിലേക്ക് നോക്കി ഞാൻ ചോദിക്കുന്നു:
'മാറിയ പുതിയ ഈ കാലത്തിനൊരു
പുതിയ പ്രവാചകനവതരിക്കുമോ?"

* * *

ഒരു വീടിന്റെ മട്ടുപ്പാവുപോലെ
ഓടിപ്പോകുന്ന എന്റെ ഛായയിലേക്കു നോക്കുന്നു...
ഞാനെന്റെ ചിത്രത്തിലേക്കു നോക്കുന്നു,
പൊടുന്നനെ അത് ഗൃഹാതുരത്വത്തിന്റെ
കൽപ്പടവിലേക്കോടി എന്റെ മാതാവിന്റെ
മണമുള്ള തൂവാല കാറ്റിൽ പറത്തുന്നു:

ഞാനെന്റെ ബാല്യത്തിലേക്കും
നീയെന്നിലേക്കും ഞാൻ നിന്നിലേക്കും
മടങ്ങിയാൽ എന്തായിരിക്കും സംഭവിക്കുക?

സകരിയ്യാ പ്രവാചകനെയൊളിപ്പിച്ച
ഒലീവു മരത്തിലേക്ക് ഞാൻ നോക്കുന്നു.
നിഘണ്ടുവിൽ നിന്ന്
മാഞ്ഞുപോയ വാക്കുകളിലേക്കും ഞാൻ നോക്കുന്നു.
പേർഷ്യക്കാരിലേക്കും റോമക്കാരിലേക്കും
സോമരിയാക്കരിലേക്കും മറ്റനേകം പുതിയ
അഭയാർത്ഥികളിലേക്കും ഞാൻ നോക്കുന്നു.

സുമുഖനായ രാജകുമാരന്റെ
രഥചക്രത്തിനടിയിൽ ഞെരിഞ്ഞമരുന്ന
ടാഗോറിന്റെ പാവം പെണ്ണിന്റെ മാലയിലേക്കും

സുലൈമാൻ രാജാവിന്റെ ആക്ഷേപം
ഭയന്ന് ഓടിയൊളിക്കുന്ന
ഹുദ്ഹുദ് പക്ഷിയിലേക്കും ഞാൻ നോക്കുന്നു.

പ്രകൃതിക്കുമപ്പുറത്തേക്ക് ഞാൻ എത്തിനോക്കുന്നു:
മരണത്തിനു ശേഷമെന്തു സംഭവിക്കും?
വിദൂരതയിൽ നിന്നും ഞാൻ എന്റെ
സ്വന്തം ശരീരത്തിലേക്ക് ഭീതിയോടെ നോക്കുന്നു.
ഒരു വീടിന്റെ മട്ടുപ്പാവുപോലെ
ചുറ്റുമുള്ള കാഴ്ചകളിലേക്കു ഞാൻ നോക്കുന്നു...

* * *

രണ്ടു ദിവസത്തിനിപ്പുറം
ഞാനെന്റെ ഭാഷയിലേക്ക് നോക്കുന്നു
എസ്കിലസ്സിന് സമാധാനത്തിന്റെ വാതിൽ തുറക്കാനും
ആന്റണിക്ക് യുദ്ധമാളിക്കത്തിക്കാനും
നന്നേ എളുപ്പമാണ്.
ഒരു ചെറുപ്രഭാഷണം മതി.
ഞാനെന്റെ സ്വാതന്ത്ര്യത്തെ പുണരുവാൻ

എന്റെ ശരീരത്തിൽ വീണ്ടും വൈകാരികതയുടെ
കുത്തൊഴുക്കുണ്ടാവാൻ
ഒരു പെണ്ണിന്റെ സാമീപ്യം മാത്രം മതി.

* * *

ഒരു വീടിന്റെ മട്ടുപ്പാവുപോലെ
ചുറ്റുമുള്ള കാഴ്ചകളിലേക്കു ഞാൻ നോക്കുന്നു...
അങ്ങകലെ വിദൂരതയിൽ നിന്നും
എന്റെ മായാരൂപം തെളിഞ്ഞുവരുന്നത്
ഞാൻ കാണുന്നു. ■

ഭാഗം ഒന്ന്

ഈ ദേശത്തെ സ്ഫടിക ബിംബങ്ങൾ

എന്റെ കയ്യിലൊരു മേഘമുണ്ട്

അവർ കുതിരകളെ ഒരുക്കിനിർത്തി
എന്തിനെന്നുപോലുമറിയാതെ അവർ
താഴ്‌വാരത്ത് കുതിരകളെ ഒരുക്കിനിർത്തി.

* * *

അവന്റെ ജനനത്തിന് ആ നാട്
ഒരുങ്ങിക്കഴിഞ്ഞിരുന്നു.
അവന്റെ പൂർവപിതാക്കളുടെ
സുഗന്ധം പേറുന്ന ഒരു കുന്ന്
നാലുദിക്കിലേക്കും നോക്കുന്നു.
വിശുദ്ധവേദങ്ങളിലെ ഒലീവുമരങ്ങൾ
ഭാഷയുടെ ഉപരിതലങ്ങളെ ഉയർത്തുന്നു.
അസൂർ പുകച്ചുരുളുകൾ ഈ പകലിനെ
ദൈവികമായ ഒരു കാര്യത്തിനായി ഒരുക്കുന്നു.
മാസങ്ങൾക്കിടയിലെ ഓമനപുത്രനാണ് മാർച്ച്,
ബദാം മരത്തിലെ പരുത്തി
വകഞ്ഞു മാറ്റി ചീകിമിനുക്കുന്നു മാർച്ച്.
പള്ളിയങ്കണത്തിൽ പൂക്കളാൽ വിരുന്നൊരുക്കുന്നു.
മാർച്ച് മാസം മീവൽപക്ഷികളുടെയും,
വിജനതയിലെ ഓക്കുമരങ്ങളിൽ പ്രതിധ്വനിക്കുമാറ്
അലറിക്കരയാനൊരുങ്ങുന്നു മാർച്ച് മാസം
സ്ത്രീയുടെ രാവുറങ്ങുന്നയിടവുമാണത്.

* * *

ഇപ്പോഴിതാ, ഒരു കുഞ്ഞു പിറക്കുന്നു
ഈ ദേശത്തിന്റെ ഓരോ മുക്കിലും മൂലയിലും
അവന്റെ കരച്ചിൽ പ്രതിധ്വനിക്കുന്നു.

* * *

വീടിന്റെ പടിപ്പുരയിൽ വച്ചു ഞങ്ങൾ പിരിഞ്ഞപ്പോൾ
എന്റെ നിലവിളിയിൽ വല്ലാത്തൊരു
ജാഗ്രതയുണ്ടെന്നും
മഴയുടെ ആർത്തനാദമുണ്ടെന്നും
അവരെന്നോട് പറയുന്നുണ്ടായിരുന്നു.

മാലാഖമാർ വീട്ടുമുറ്റത്ത്
ചെന്നായക്കൊപ്പം കളിക്കുന്നത് കണ്ടുവെന്നു
പറഞ്ഞതിന്റെ പേരിൽ
ഞാനെന്തെങ്കിലും തെറ്റുചെയ്തോ?
ഞാനവരുടെ പേരുകളോ സംസാരശൈലിയോ
അത്രമേൽ ലോലമായ പറക്കലോ
ഒന്നുമോർക്കുന്നതേയില്ല...

രാത്രിയിൽ എന്റെ കൂട്ടുകാർ
ഒന്നും ബാക്കിയാക്കാതെ മിന്നിമറയുന്നു.
എന്റെ മട്ടുപ്പാവിൽ ഒരു ചന്ദ്രനെ കൊണ്ടുതരുന്ന
ജമന്തിപ്പൂക്കളാൽ എനിക്കൊരു മേൽക്കുപ്പായം
തുന്നിത്തരുന്ന
മറ്റു ചില സഹോദരങ്ങൾ എനിക്കുണ്ടെന്ന സത്യം
ഞാനെന്റെ മാതാവിനോട് പറയണോ?

* * *

കുതിരകളെ അവർ ഒരുക്കിനിർത്തി
എന്തിനെന്നുപോലുമറിയാതെ.
രാത്രിയുടെ അവസാനയാമങ്ങളിൽ
താഴ്വാരത്ത് അവർ കുതിരകളെ ഒരുക്കിനിർത്തി.

* * *

വേനലിൽ തീന്മേശ നിറയ്ക്കാൻ ഏഴു കതിർക്കുല മതി
എന്റെ ഏഴു കതിർക്കുലകളിലോരോന്നിലും
ഒരു ഗോതമ്പുപാടം വിളയുന്നു.
എന്റെ പിതാവ് കിണറ്റിൽ നിന്നും വെള്ളം
കോരുമ്പോഴെല്ലാം
അതിന്റെ അഗാധതയിലേക്ക് നോക്കി പറയും:
"നീയൊരിക്കലും വറ്റിപ്പോവരുത്."
ഉപ്പുചീരപോലെ ഞാൻ വലുതാവുന്നത്
കാണാൻ പിതാവ്
എന്റെ കൈപിടിക്കുന്നു
കിണറ്റിലേക്ക് നോക്കുമ്പോൾ പിതാവ്
രണ്ടു ചന്ദ്രനുള്ള പോലെയാണ് തോന്നുക.
ഒന്ന് വിണ്ണിലും മറ്റൊന്ന് വെള്ളത്തിലെ
പ്രതിബിംബത്തിലും
അതേ, എനിക്ക് രണ്ട് ചന്ദ്രനുണ്ട്.

* * *

ദൈവീക നിയമങ്ങളുടെ സാംഗത്യത്തിൽ
മുൻഗാമികളെപ്പോലെ അവർക്കും
അത്രമേൽ വിശ്വാസമുണ്ട്.
വേനൽ വിതച്ച നാശം നികത്താൻ
ഒരായുധത്തിനും ശേഷിയില്ലെന്നറിഞ്ഞിട്ടും
അവർ വാളുകളും കലപ്പകളും മൂർച്ച കൂട്ടി
പ്രകൃതിക്കായ് അവർ പ്രാർത്ഥനാഗീതങ്ങളും
വാഴ്ത്തുപാട്ടുകളും സമർപ്പിക്കുന്നു
എന്നാലുമവർ രാത്രിവെളിച്ചത്തിൽ
കുതിരകളെപ്പോലെ നൃത്തം ചെയ്യാൻ
അവയെ ഒരുക്കിനിർത്തുന്നു.

* * *

എന്റെ കയ്യിലെ മേഘമെന്നെ മുറിവേൽപ്പിക്കുന്നു:
എനിക്കെന്റെ മാതൃരാജ്യമല്ലാതെ
ഒരുതരി മണ്ണുവേണ്ട
മാതൃരാജ്യം മാത്രം മതി.

അതിൽ പുല്ലിന്റെയും വൈക്കോലിന്റെയും മണമുണ്ട്
ഇണക്കമുള്ള എന്റെ കുതിരയുടെ മണമുണ്ട്,
അതിലെന്റെ പിതാവിന്റെ മണമുണ്ട്...
എന്റെ കയ്യിലെ മേഘലമെന്നെ മുറിവേൽപ്പിക്കുന്നു.
ഈ മണ്ണിൽ വിളയുന്ന ഓറഞ്ചുകളും
ഈ അന്തരീക്ഷത്തെ സാന്ദ്രമാക്കുന്ന
ബാങ്കൊലികളും മാത്രം മതിയെനിക്ക്...

* * *

കുതിരകളെ അവർ ഒരുക്കിനിർത്തി
എന്തിനെന്നുപോലുമറിയാതെ
രാത്രിയുടെ അവസാനയാമങ്ങളിൽ
കുതിരകളെ അവർ ഒരുക്കിനിർത്തി...! ■

കളങ്കമില്ലാത്ത ഗ്രാമീണർ

അധിനിവേശകരുടെ ചരക്കുകപ്പലുകൾ
ഈ തീരമണഞ്ഞ കാലത്ത്
മാതൃദേശത്തിന്റെയും ദേശക്കാരുടെയും
ചിട്ടവട്ടങ്ങൾ എനിക്കജ്ഞാതമായിരുന്നു
എന്നാൽ,
ഞാനിവിടെ ജനിച്ചന്നുതൊട്ടേ
എന്റെ മുത്തച്ഛന്റെ വസ്ത്രത്തിലെ
പുകയിലയുടെയും കാപ്പിയുടെയും മണം
എന്റെ ഗൃഹാതുരസ്മരണകളിൽ
മായാതെ കിടപ്പുണ്ട്.

* * *

അരികുവൽകരിക്കപ്പെടുമ്പോൾ
ഞങ്ങളിലും ആർത്തനാദങ്ങളും
ദീനരോദനങ്ങളുമുണ്ട്.
എന്നാൽ ഞങ്ങളത്
പുരാതനമായ ഭരണികളിൽ സൂക്ഷിക്കുകയോ
ചുവരുകളിൽ കോറിയിടുകയോ
ഈ മൺതരികളുടെ
പരമാധികാരം അവകാശപ്പെടുന്നുമില്ല.
ഞങ്ങളുടെ സ്വപ്നങ്ങൾ
മറ്റുള്ളവരുടെ അവകാശങ്ങളെ ഹനിക്കുന്നില്ല,
നിയമങ്ങളെ കാറ്റിൽ പറത്തുന്നില്ല...

* * *

എന്റെ പേരിന് തൂവലില്ലായിരുന്നു
ഉണ്ടായിരുന്നെങ്കിൽ ഉച്ചതിരിഞ്ഞ്
ദൂരേക്ക് ദൂരേക്ക് പറന്നകലാമായിരുന്നു.
ഏപ്രിൽമാസത്തെ ചൂട് ഞങ്ങളുടെ സന്ദർശകരുടെ
രക്ഷാകർതൃത്വം പോലെ അസഹനീയമാണ്
ഞങ്ങളെ അവർ വളർത്തുപ്രാവുകളെപ്പോലെ
വീട്ടുമുറ്റത്തുമാത്രം പറക്കാൻ വിടുന്നു,
അരുത് എന്ന അതിർവരമ്പുകളാൽ
വീർപ്പുമുട്ടിക്കുന്നു.
മാതൃത്വം അതിന്റെ പാൽമണംകൊണ്ട്
കുട്ടിക്കാലത്തിന്റെ ഓർമകളിലേക്ക്
മാടിവിളിക്കുമ്പോൾ
ജീവിതയാതനകളുടെ തീന്മേശയിൽ നിന്ന്
ഞാൻ ഓടിയൊളിക്കുന്നു.

* * *

പോപ്ലാർ മരങ്ങളിൽ വെയിൽ വീഴുന്ന
ഓരോ പ്രഭാതത്തിലും
എല്ലാവരെയുംപോലെ ഞങ്ങൾക്കും ഹസ്യങ്ങളുണ്ട്:
നിരപരാധിയായി കൊല്ലപ്പെട്ടവനെയോർത്ത്
കണ്ണീരൊഴുക്കാൻ വിധിക്കപ്പെട്ടവർ ഞങ്ങൾ.
പ്രതാപത്തിന്റെ ചരിത്രമുറങ്ങുന്ന
ബാബിലോണിയയോ,
പൈതൃകം വിളിച്ചോതുന്ന
ദമാസ്കസിലെ പുരാതന പള്ളിയോ സന്ദർശിക്കാൻ
ഞങ്ങളുടെയുള്ളിലെ കുട്ടിത്തം സദാ പ്രേരിപ്പിക്കുന്നു.
എന്നാൽ അനശ്വരമായ വേദനയുടെ
ചരിത്രത്തിന്റെ നേർക്കാഴ്ചകളിൽ
മനംനൊന്തു കരയുന്ന
ബർബരിപ്രാവുകൾക്കൊപ്പം
ഞങ്ങളും കണ്ണീർ പൊഴിക്കുന്നു.

* * *

സംസാരത്തിലെങ്ങും കുറ്റബോധത്തിന്റെ
ലാഞ്ഛന പോലുമില്ലാത്ത
കളങ്കമില്ലാത്ത ഗ്രാമീണർ.
ഞങ്ങളുടെ പേരുകൾ
ഞങ്ങളുടെ ദൈനദിന ജീവിതംപോലെ
പരസ്പരം സാദൃശ്യമുള്ളവയാണ്.
അവ ഞങ്ങളുടെ വ്യക്തിത്വത്തെ
ആഴത്തിൽ അടയാളപ്പെടുത്താത്ത
വെറും സാധാരണ പേരുകൾ.
ഞങ്ങൾക്കിടയിലെ സംസാരങ്ങളിൽ
ഒളിവും മറയുമില്ല.
ഈ ദേശം അധിനിവേശരുടെ
കാൽക്കീഴിലായിക്കഴിഞ്ഞിരിക്കുന്നു
കുപ്പായത്തിൽ തന്റേതല്ലാത്തൊരു തൂവൽ
കൃത്രിമമായി തുന്നിച്ചേർത്ത്
അവൻ അവകാശവാദമുന്നയിക്കുന്നു
അഭയാർഥികളാവേണ്ടിവന്ന
മാതൃരാജ്യത്തേക്ക് തിരികെ പറന്നടുക്കുന്ന
ഞങ്ങൾ പറവകളുടെ തൂവലുകളാണ്.

* * *

അധിനിവേശരുടെ ചരക്കുകപ്പലുകൾ
ഈ തീരത്തണഞ്ഞ കാലത്ത്
ഇവിടുത്തുകാർ ശീമവേപ്പുപോലെ
ഈ ഭൂമിയിൽ ആഴത്തിൽ വേരൂന്നിയിരുന്നു.
ഇവിടം പതിവുപോലെ ശാന്തസുന്ദരം.
ഞങ്ങൾ തൊഴുത്തിൽ
പശുക്കൾക്ക് തീറ്റയൊരുക്കുന്ന
കുതിരയോട് കൊച്ചുവർത്തമാനം പറയുന്ന
കൂട്ടംതെറ്റിയ നക്ഷത്രത്തിനു
വഴികാണിക്കുന്ന തിരക്കിലായിരുന്നു.

* * *

ഒടുവിൽ,
നാടും വീടും പിറന്ന മണ്ണുമുപേക്ഷിച്ച്
ഞങ്ങളും ചരക്കുവണ്ടികളിലേറി.
ഞങ്ങളുടെ ഒലീവുമരങ്ങൾ
തലയുയർത്തി നിൽക്കുന്ന
ആ രാത്രിയുടെ മരതകത്തിളക്കവും
ദേവാലയഗോപുരത്തിനു മുകളിലൂടെ സഞ്ചരിക്കുന്ന
ചന്ദ്രനെ നോക്കി ഓരിയിടുന്ന നായ്ക്കളുടെ ശബ്ദവും
ഞങ്ങളോട് യാത്രാമൊഴി പറയുന്നുണ്ടായിരുന്നു.

കുട്ടിക്കാലവും മധുരിക്കുന്ന ഓർമ്മകളും
പ്രിയപ്പെട്ടതെല്ലാമുപേക്ഷിച്ച്
കുടിയൊഴിപ്പിക്കപ്പെടുമ്പോഴും
ഞങ്ങൾക്ക് തെല്ലും ഭയമുണ്ടായിരുന്നില്ല.

എല്ലാറ്റിനും പകരമായി
ഇടനെഞ്ചിൽ കോറിയിട്ട ഈ ഗാനം മാത്രം:
"ചരക്കുവണ്ടികളിലേറി വരുന്ന
അധിനിവേശമാം വിഴുപ്പുഭാണ്ഡമൊഴിഞ്ഞാൽ
നമ്മൾ മടങ്ങിവരും...
നമ്മൾ ഉടനെ മടങ്ങിവരും...!" ■

മൂങ്ങയുടെ നിഗൂഢരാത്രി

ഞങ്ങളിവിടെയുണ്ട്
ഭൂതകാലത്തോട്
പുലബന്ധം പോലുമില്ലാത്തവരായി
ഞങ്ങളിവിടെയുണ്ട്.
ഓരോ മരവും ശ്രദ്ധിച്ച്
അധിനിവേശത്തിന്റെ
ഇരുൾമുറ്റിയ വനം മുറിച്ചുകടന്ന്
അവസാനത്തെ മരങ്ങളിലെത്തിയപ്പോഴേക്കും
ഞങ്ങൾ പുറത്തുകടക്കാൻ
കഴിയാത്തവരായി മാറിയിരിക്കുന്നു
ഒന്നിലും ശ്രദ്ധ കേന്ദ്രീകരിക്കാൻ കഴിയാത്തവരായി
മാറിയിരിക്കുന്നു.
സൈനിക ട്രക്കുകളിലേക്ക് നോക്കുമ്പോൾ
ഞങ്ങൾക്കുമേൽ
ശൂന്യതയുടെ കൂമ്പാരം
വന്നു മൂടുന്നു
അത് ഞങ്ങൾക്കു ചുറ്റും ഈ മണ്ണിൽ
അനന്തതയുടെ ടെന്റുകൾ
നാട്ടിയുറപ്പിക്കുന്നു.

* * *

ഞങ്ങളിവിടെയുണ്ട്
ഭൂതകാലത്തോട്
പുലബന്ധം പോലുമില്ലാത്തവരായി
ഞങ്ങളിവിടെയുണ്ട്.

മൾബറിമരത്തിൽ നിന്നും
ഒരു പട്ടുനൂൽ
രാവിന്റെ പുസ്തകത്തിലേക്ക്
ഊർന്നിറങ്ങി
അക്ഷരങ്ങൾ നെയ്യുന്നു.
വിചിത്രമായ ആ വാക്കുകളുടെ
അഗാധഗർത്തത്തിലേക്കിറങ്ങാൻ
ഞങ്ങൾക്ക് ധൈര്യം പകരാൻ
ഒരു ശലഭം മാത്രം:
ആരായിരുന്നു ആ ദൗർഭാഗ്യവാൻ?
എന്റെ പിതാവോ?
ഒരുവേള ഞാൻ എന്നെപ്പറ്റിയോർക്കുന്നു
ഒരുവേള ഞാനിപ്പോൾ എനിക്കുതന്നെ
പുതുജന്മം നൽകുകയും
എനിക്കു പേരിടാൻ നെടുങ്കൻ അക്ഷരങ്ങൾ
തിരഞ്ഞെടുക്കുകയും ചെയ്തേക്കാം.

* * *

ഞങ്ങളിവിടെയുണ്ട്
വെറുതെ
കാലത്തിന്റെ ശൂന്യതയിലിരിക്കുന്നു
ഓടക്കുഴലുകളെ കാറ്റുകൊണ്ട് മിനുക്കി
ആറ്റുവഞ്ചിയിൽ തുഴഞ്ഞകലുന്ന
പഥികരുടെ ശേഷിപ്പുകളിലേക്ക്
ഇമവെട്ടാതെ നോക്കിയിരിക്കുന്നു.
ഒരുപക്ഷേ,
ഈ വാക്കുകൾ
അവ്യക്തതയുടെ മറനീക്കുമ്പോൾ
സ്വാതന്ത്ര്യത്തിന്റെ
മലർക്കെ തുറക്കപ്പെട്ട ജാലകങ്ങൾ
നമ്മൾ കണ്ടേക്കാം
ഒരുപക്ഷേ
കാലമതിന്റെ മാറാപ്പിൽ

നമ്മുടെ ഭാവിയും പേറി
ധൃതിയിൽ കൂടെ നടന്നേക്കാം.

* * *

ഞങ്ങളിവിടെയുണ്ട്
കാലത്തിന്റെ അതിരുകൾക്കപ്പുറം
ഞങ്ങളിവിടെയുണ്ട്.
എന്നാൽ,
കാറ്റിന്റെ വേഗതയിൽ
ഭൂതകാലത്തിന്റെ വാതിൽപ്പഴുതിലൂടെ
നമ്മളെങ്ങനെ
പുറത്തുകടന്നുവെന്നറിയുന്ന
ഒരാളും നമുക്കിടയിലില്ല.
ഭൂതകാലത്തിൽ നിന്നും എപ്പോഴാണ്
ഇവിടെ ചില്ലുപോലെ നമ്മൾ
വന്നുവീണുടഞ്ഞു ചിതറിയത് എന്നറിയുന്ന
ഒരാളും നമുക്കിടയിലില്ല.
നമുക്കുശേഷം
മറ്റാരോ അവ ഒരുമിച്ചുകൂട്ടി അവരുടെ
ഛായ കാണാനുള്ള കണ്ണാടിയാക്കുന്നുമത്രേ.

* * *

ഞങ്ങളിവിടെയുണ്ട്
സ്വന്തമായൊരു ദേശമില്ലാതെ
ഞങ്ങളിവിടെയുണ്ട്.
ഒരുവേള ഞാനെന്നെപ്പറ്റിയോർക്കുന്നു
മൂങ്ങയുടെ നിശ്ശബ്ദത പോലെ
നിശ്ചലത പോലെ
നിഗൂഢമായ രാത്രിയിൽ
ഞാനുറക്കെ അട്ടഹസിക്കുന്നു:
ചരിത്രത്തിന്റെ കനമേറിയ മാറാപ്പ്
എന്റെ മുതുകിൽ വെച്ച ആ നിർഭാഗ്യവാൻ
എന്റെ പിതാവായിരുന്നോ?

നഷ്ടപ്പെട്ട അസ്തിത്വം തിരിച്ചുപിടിക്കാൻ
ഞാനെന്റെ മാതാവ് ഇട്ട
മാധുര്യമുള്ള വാത്സല്യമൂറുന്ന
ചെല്ലപ്പേരുകളുടെ,
ബാല്യത്തിലേക്ക് മടങ്ങുന്നു.
തോന്നുമ്പോഴെല്ലാം അവർക്കെന്നെ
വാരിയെടുത്ത് കൊഞ്ചിക്കാനും
എന്റെ പേച്ചിന് താളംപിടിച്ചു
ലാളിക്കാനുമാവുന്ന ബാല്യത്തിലേക്ക്
ഞാൻ മടങ്ങുന്നു.

* * *

ഞങ്ങളിവിടെയുണ്ട്
പഥികരെപ്പോലെ ഞങ്ങളിവിടെയുണ്ട്
ഇപ്പോഴുമിവിടെ അധിനിവേശകർ
അവരുടെ തോക്കുകൾ
ഒലീവുചില്ലകളിൽ തൂക്കിയിട്ട്
ധൃതിയിൽ അത്താഴമുണ്ടാക്കി
സൈനികട്രക്കുകളിലേക്കു മടങ്ങുന്നുണ്ട്. ■

കള്ളിച്ചെടികളുടെ അപാരത
(കുതിരയെ തനിച്ചാക്കിയതെന്തിന്?)

"എന്നെയെങ്ങോട്ടാണ്
കൊണ്ടുപോവുന്നത് പിതാവേ?"
"എങ്ങോട്ടെന്നില്ല മോനേ
കാറ്റിന്റെ ദിശയിലേക്ക്
എത്തുന്നേടത്തേക്ക്."

* * *

ആക്കോ പട്ടണത്തിലെ അതിപുരാതനമായ
മതിലുകളിൽ വീഴുന്ന
അത്രമേൽ സൂക്ഷ്മമായ
ഓരോ നിഴലും നിരീക്ഷിക്കാൻ പോന്ന
നെപ്പോളിയന്റെ സൈന്യം സ്ഥാപിച്ച
കുന്നിന്റെ കണ്ണുവെട്ടിച്ച്
അവർ സമതലത്തിന്റെ പുറത്തുകടന്നു.
"ഭയപ്പെടരുത് മോനേ
വെടിയുണ്ടകളുടെ സീൽക്കാരം കേട്ട്
നീ ഭയപ്പെടരുത്.
പ്രാണൻ കാക്കാൻ
മണ്ണോടു ചേർന്നുകിടക്കുക,
നിന്റെ മാതൃരാജ്യത്തിന്റെ മണ്ണ്...!
നമ്മളതിജീവിക്കും

അങ്ങകലെ വടക്കൊരു മലമുകളിൽ
നാമഭയം തേടും
സൈന്യം ജോലിയവസാനിപ്പിച്ചു മടങ്ങുമ്പോൾ
നമ്മളും മടങ്ങും
നമ്മളതിജീവിക്കും."

* * *

"പിതാവേ...
നമ്മൾ പോയാൽ
നമ്മുടെ വീട്ടിലാര് താമസിക്കും?"
"ആരുമില്ല മോനേ...
നാം മടങ്ങിയെത്തുമ്പോൾ
വീടവിടെ അതുപോലെയുണ്ടാവും..."

* * *

വീടുപേക്ഷിച്ചു പോരുമ്പോൾ
കയ്യിൽ മുറുകെപ്പിടിച്ച താക്കോൽ
ശരീരത്തിലെ ഒരവയവം പോലെ
അയാൾക്ക് തോന്നി!
ഒരു മുള്ളുവേലി മുറിച്ചുകടക്കുമ്പോൾ
അയാൾ പറഞ്ഞു:
"മോനേ...
ഇവിടെവച്ചാണ് പണ്ട് ഇംഗ്ലീഷുകാർ
നിന്റെ പിതാവിനെ രണ്ടു രാത്രി മുഴുവൻ
ഒരു കള്ളിമുൾച്ചെടിയിൽ കിടത്തി ക്രൂശിച്ചത്.
എന്നിട്ടും നിന്റെ പിതാവ്
കുറ്റസമ്മതം നടത്തിയില്ല
അല്ലെങ്കിലും പിറന്ന നാടിനുവേണ്ടിയുള്ള
പോരാട്ടം കുറ്റമല്ലല്ലോ.
മോനേ...
നീയും വളർന്നു വലുതാവും
അന്ന് അധിനിവേശകരുടെ ആയുധങ്ങൾ
പാരമ്പര്യമായി കിട്ടിയവരോട്

ആയുധങ്ങളെ തോൽപ്പിച്ച
ദേശസ്നേഹികളുടെ
രക്തത്തിന്റെ വീരഗാഥ
നീ ചങ്കുറപ്പോടെ പറയണം."

* * *

"നമ്മുടെ കുതിരയെ
വീട്ടിൽ തനിച്ചാക്കിയതെന്തേ പിതാവേ...?"
"അവൻ വീടിനോടിണങ്ങി നിൽക്കുമ്പോൾ
അവിടെ ആൾതാമസമുള്ള പോലെയാണ് മോനേ
വീടുകൾ മരിക്കുന്നത്
അവിടെ ആളുകളൊഴിയുമ്പോഴാണ്."

* * *

ചുറ്റും ഇരുട്ടു പടർന്നു തുടങ്ങി.
അകലെ
അനന്തത രാത്രിക്കുവേണ്ടി
അതിന്റെ വാതിലുകൾ
മലർക്കെ തുറക്കുന്നു.
പുൽമേട്ടിലെ ചെന്നായ്ക്കൾ
ചന്ദ്രനെ നോക്കി ഓരിയിടാൻ തുടങ്ങി.
അയാൾ പറഞ്ഞു:
"നീ ശക്തനാവണം മോനേ...
നിന്റെ വല്യുപ്പയെപ്പോലെ ശക്തനാവണം.
പിന്നെ എന്റെകൂടെ ഓക്കുമരങ്ങളുടെ
അവസാനത്തെ ഈ കുന്നും കയറണം
ഇവിടെവച്ചാണ് പണ്ട് ജാനിസ്സറികൾ[1]
യുദ്ധം പ്രഖ്യാപിച്ചത്.
സുരക്ഷിതരായി വീട്ടിലേക്ക് മടങ്ങാൻ

1. ഓട്ടോമൻ സുൽത്താന്റെ ഗാർഹിക സേന, അംഗരക്ഷകർ, യൂറോപ്പിലെ ആദ്യത്തെ ആധുനിക സൈന്യം എന്നിവ രൂപീകരിച്ച കാലാൾപ്പട യൂണിറ്റുകളായിരുന്നു ജാനിസ്സറികൾ.

നീയെന്നോടൊപ്പം നിൽക്കണം
പതറാതെ..."

* * *

"നമ്മളെപ്പോൾ മടങ്ങും പിതാവേ?"
"സമീപഭാവിയിൽ, ഏറിയാൽ
രണ്ടുദിവസത്തിനുള്ളിൽ..."

* * *

എന്നാൽ ഭാവി അവരുടെ കാര്യത്തിൽ
അശ്രദ്ധനായിരുന്നു
നീണ്ട ശൈത്യകാല രാത്രികളിൽ
അവർക്കുപിന്നിൽ കാറ്റിനെ അത്
ചവച്ചുതുപ്പിക്കൊണ്ടേയിരുന്നു.
ജോഷ്വപ്രവാചകന്റെ പടയാളികൾ
പിതാവും മകനുമുപേക്ഷിച്ചുപോയ
വീടിന്റെ കല്ലുകളാൽ
സ്ഥിരവാസത്തിനുള്ള
കോട്ട കെട്ടുകയായിരുന്നു.
കാനായിലേക്കുള്ള യാത്രാമദ്ധ്യേ
അവർ നന്നേ അവശരായി:
"മോനേ...
പണ്ടൊരിക്കൽ ഇതുവഴി
യേശു നടന്നുപോയിരുന്നു
വെള്ളം വീഞ്ഞാക്കിയതും
സ്നേഹത്തെപ്പറ്റി വാതോരാതെ
സംസാരിച്ചതുമിവിടെവെച്ചാണ്.
മോനേ...
ഭാവിയെപ്പറ്റി ശുഭപ്രതീക്ഷയുണ്ടാവണം,
നിസ്സാരമായ പാഴ്ച്ചെടികൾ
പടർന്ന് കയറിയതുപോലെയാണ്
കുരിശുയുദ്ധക്കാരുടെ കോട്ടകൊത്തളങ്ങളെ
പട്ടാളക്കാർ തകർത്തെറിഞ്ഞത്...!' ■

എത്ര വട്ടമാണ് നാം ഇല്ലാതാവുന്നത്?

സിഗരറ്റ് പുകച്ചുരുളുകൾക്കിടയിൽ
അയാൾ തന്റെ ദുരിതജീവിതത്തെപ്പറ്റിയോർത്തു
പിന്നെ, കീശയിലെ വാച്ചിലേക്ക്
നിസ്സംഗനായി നോക്കി:
"സാധ്യമെങ്കിൽ സൂചികളുടെ മരണപ്പാച്ചിലിന്
കടിഞ്ഞാണിട്ട് ബാർളിപ്പാടം വിളയുന്നത്
വൈകിപ്പിക്കാമായിരുന്നു."

പൊടുന്നനെ അയാൾ
അവശനും കോപാകുലനുമായി
ചിന്തയിൽ നിന്നും പുറത്തുവന്നു.
വിളവെടുപ്പു കാലം വന്നു
ദേശത്തെ ഓരോ കതിരും
നൂറുമേനി വിളഞ്ഞിട്ടും
കൊയ്യാൻ ഭാഗ്യമില്ലാത്തവനായി
ഞാനീ അന്യദേശത്ത് പ്രവാസത്തിന്റെ
നരകയാതനയനുഭവിക്കുന്നു.

എന്റെ മാതൃരാജ്യമിപ്പോൾ ബൈത്തുൽ മുഖദ്ദസിന്റെ
ദൈവികകവാടങ്ങളിൽ നിന്നും
അത്രമേൽ അകലെയായിരിക്കുന്നു.
ലെബനാനിലെ വേനൽക്കാലമെന്നോട്
അങ്ങുദൂരെ തെക്ക് ദിശയിൽ വിളഞ്ഞുനിൽക്കുന്ന
മുന്തിരിപ്പാടത്തെപ്പറ്റി സംസാരിക്കുന്നു.
ലെബനാനിലെ വേനൽക്കാലമെന്നോട്
ദൈവത്തെപ്പറ്റി സംസാരിക്കുന്നു.

എന്നാൽ,
ദൈവത്തിലേക്കുള്ള എന്റെ യാത്രയാരംഭിക്കുന്നത്
തെക്ക് ഭാഗത്ത് ഒരു നക്ഷത്രംപോലുദിച്ചു നിൽക്കുന്ന
മാതൃരാജ്യത്തിൽ നിന്നാണ്.

* * *

"പിതാവിനെന്നോടെന്തെങ്കിലും പറയുന്നുണ്ടോ?"
"ഉവ്വ്...
നിനക്കറിയുമോ
എത്രവട്ടമാണ് അവർ
യുദ്ധമവസാനിപ്പിച്ചുവെന്ന് പറഞ്ഞത്..."
"എന്നിട്ടിപ്പോൾ നമ്മുടെ ഗതിയെന്താണ്"
"എത്രവട്ടമാണ് നാം ഇല്ലാതാവുന്നത് പിതാവേ?"
"പക്ഷേ,
നമ്മുടെ പൂർവികർ
ഒടിഞ്ഞ തോക്കുകൾ കൊണ്ട്
ശത്രുവിമാനങ്ങളെ സധൈര്യം നേരിട്ട്
കടമ നിറവേറ്റി.
നമ്മളോ?
കടമ നിറവേറ്റിയെന്ന്
വെറുതെ തെറ്റിദ്ധരിച്ചിരിക്കുന്നു
ശത്രുവിന്റെ രോമത്തിൽപോലും തൊടാനാവാത്ത
അത്രമേൽ നിസ്സാരമായ പ്രതിരോധത്തിൽ
ആത്മാഭിമാനം കൊള്ളുന്നു
പിറന്ന മണ്ണിനായി
പോരാടേണ്ടതിനുപകരം
ഭാര്യമാരുടെ ആഭരണങ്ങൾ വിറ്റ്
വിനോദങ്ങളിലേർപ്പെടുന്നു."

* * *

"വില്ലോമരത്തെ തലോടിയെത്തുന്ന
ഈ കാറ്റിനു കീഴെ
ആകാശങ്ങൾക്കും സമുദ്രത്തിനുമിടയിൽ
നമ്മളിവിടെത്തന്നെ അവശേഷിക്കുമോ പിതാവേ?'

* * *

"മോനേ...
ഇവിടെയുള്ള ഓരോന്നും
അവിടെയുള്ളതിനോട്
സാദൃശ്യമുള്ളതായി തോന്നും.
രാത്രിയിൽ നമ്മൾ നമ്മളെപ്പോലെയാകും
നിത്യതയുടെ നക്ഷത്രം
നമ്മെ ചുട്ടെരിക്കും..."

* * *

"പിതാവേ...
എന്നെപ്പറ്റി ഇനിയും
കയ്പേറിയ യാഥാർത്ഥ്യങ്ങൾ പറയാതിരിക്കൂ...
പ്രാവുകളുടെ കുറുകൽ പോലെ
നന്നേ ചെറുതെങ്കിലും
പ്രതീക്ഷയുടെ നേർത്ത ശബ്ദത്തിനായി
ഞാനെന്റെ ഹൃദയത്തിന്റെ ജനവാതിലുകൾ
മലർക്കെ തുറന്നുവച്ചിരിക്കുന്നു.
ഞാനെന്റെ സ്വത്വവും
പ്രതികരണ ശേഷിയും
ഉപേക്ഷിച്ചിരിക്കുന്നു.
അധിനിവേശം ബാക്കിവച്ച
ഇരുൾമുറ്റിയ ജീവിതവും
ഒരു ജനതയുടെ മുഴുവൻ ദുഃഖവും
പേറുന്ന മേഘങ്ങളെയും
സ്വപ്നങ്ങളും സമാധാനവും
ഞാനാ മണ്ണിലുപേക്ഷിച്ചു...!"

* * *

"പിതാവേ...
നിങ്ങൾ ഉയിർത്തെഴുന്നേൽപ്പിനെപ്പറ്റി
വെറുതെ ദിവാസ്വപ്നം കാണുകയാണോ?"
"അല്ല മോനേ
എഴുന്നേൽക്ക്,
നമ്മൾ ആ മണ്ണിലേക്ക് മടങ്ങി പോകുകയാണ്
തീർച്ച..." ■

എന്റെ അന്ത്യശ്വാസം വരെ

“നീ നടന്നു ക്ഷീണിച്ചോ മോനേ?”
“അതേ പിതാവേ,
ഈ വഴിത്താരയിൽ രാത്രി
അനന്തമായി നീണ്ടുകിടക്കുന്നു.
രാത്രിയുടെ മേൽ നിങ്ങളുടെ ഹൃദയത്തിൽനിന്നും
കണ്ണുനീർ ചാലിട്ടൊഴുകുന്നു.”
“നീയിപ്പോഴും
ഒരു പൂച്ചക്കുഞ്ഞിനെപ്പോലെയാണെനിക്ക്.
എന്റെ തോളിൽ കയറ്
നമുക്കീ ഓക്കുമരക്കാട്
മുറിച്ചുകടക്കണം
നിനക്കറിയുമോ
ഇത് വടക്കൻ ഗലീലിയയാണ്
നമ്മുടെ പിന്നിൽ ലെബനാനും.
അങ്ങ് ഡമാസ്കസ് മുതൽ
ഇങ്ങ് ആക്കോയിലെ മനോഹരമായ
പുരാതന മതിലുകൾ വരെ
ആകാശം നമുക്ക് സ്വന്തമാണ്.”
“ഇനിയെന്താണ് പിതാവേ?’
“ഇനി നാം വീട്ടിലേക്ക് മടങ്ങുന്നു
നിനക്ക് വഴിയറിയുമോ?”
“അറിയാം പിതാവേ.”

* * *

'ഖറൂബ'യുടെ കിഴക്ക്
പ്രധാന തെരുവിന്റെ ഇരുവശത്തും
കള്ളിമുൾച്ചെടികൾ തിങ്ങിനിൽക്കുന്ന
മുന്നോട്ടുപോകുംതോറും
വിശാലമാവുന്ന ഒരു ഇടവഴി
നേരെ പോകുമ്പോൾ പുകയിലയും
മിഠായിയും വിൽക്കുന്ന
എന്റെ ജമീൽ അമ്മാവന്റെ
മുന്തിരിപ്പാടം
പിന്നെ വീടെത്തും മുമ്പേ
ധാന്യം മെതിക്കുന്ന ഒരു കളം."
"നിനക്ക് വീട് കണ്ടാലറിയുമോ മോനേ?"
'അറിയാം, വഴിയറിയുന്ന പോലെ
വീടുമറിയാം:
ഇരുമ്പിന്റെ കവാടം,
ചുറ്റും മുല്ലപ്പൂച്ചെടികൾ
സദാ വെയിൽ വീണുകിടക്കുന്ന
കൽപ്പടവുകൾ
അനന്തതയിലേക്ക് കണ്ണുംനട്ടിരിക്കുന്ന
സൂര്യകാന്തിപ്പൂക്കൾ
എന്റെ മുത്തച്ഛന് മുളംതളികകളിൽ
പ്രാതലൊരുക്കുന്ന വളർത്തു തേനീച്ചകൾ
വീട്ടുമുറ്റത്ത് ഒരു കിണർ, ഒരു വില്ലോമരം
ഒരു കുതിര...
വേലിക്കുപിറകിൽ ഭാവിയുടെ കരങ്ങൾ
നമ്മുടെ ജീവിതത്താളുകൾ മറിക്കുന്നു..."

* * *

"പിതാവേ,
നിങ്ങൾ ക്ഷീണിച്ചുപോയോ?
കണ്ണും നിറഞ്ഞിരിക്കുന്നു?"

"അതെ മോനേ,
ഞാൻ ക്ഷീണിതനാണ്,
എന്നെ നിന്റെ തോളിലേറ്റാമോ?"

"എന്നെ തോളിലേറ്റിയ
പിതൃവാത്സല്യത്തെ ഈ യാത്രയുടെ
അവസാനം വരെയും ഞാൻ തോളിലേറ്റും
മുന്നിൽ അനന്തമായി
നീണ്ടുകിടക്കുന്ന ഈ വഴികൾ
ഞാൻ താണ്ടിക്കടക്കും
ഇതിന്റെ അറ്റം വരെയും
എന്റെ അന്ത്യശ്വാസം വരെയും." ■

ഭാഗം രണ്ട്

ഹാബീലിന്റെ ഇടം

ഇസ്മായേലിന്റെ ഊദ്

ഇസ്മായേലിന്റെ വിരലുകളിൽനിന്നൊഴുകുന്ന
സംഗീതത്തിന്റെ താളത്തിനൊത്ത്
ഒരു കുതിര നൃത്തം വയ്ക്കുന്നു.
പക്ഷേ, അവന്റെ വിരലുകൾ
സ്വന്തം രക്തത്തിന് കാതോർക്കുന്നു.
പൊടുന്നനെ കടുംചുവപ്പുള്ള പൂക്കൾപോലെ
ആ രക്തം ഗ്രാമമൊന്നാകെ പരക്കുന്നു.
ഇവിടെ രാവും പകലുമില്ല.
ദൈവികമായ ഒരാനന്ദം
ഞങ്ങളെ വന്നുതൊട്ടപ്പോൾ
എല്ലാവരും ഒരേ സ്വരത്തിൽ ഏറ്റുപാടി:
ഹല്ലേലൂയ...
ഹല്ലേലൂയ...
ഒന്നും മാറാൻ പോകുന്നില്ല
എല്ലാം വീണ്ടുമാരംഭിക്കും.

* * *

അവൻ പുരാതനമായ
അറബ് പൈതൃകമുറങ്ങുന്ന
ഊദിന്റെ* ഉടമസ്ഥനാണ്
ഓക്കുമരക്കാട്ടിൽ ഞങ്ങളുടെ അയൽക്കാരനാണ്

* വീണ പോലുള്ള അറബിക് സംഗീതോപകരണം

അവൻ ഭ്രാന്തൻ വസ്ത്രങ്ങൾ ധരിച്ച്
പാട്ടുപാടുന്നു.
യുദ്ധമവസാനിച്ചിരുന്നു
കത്തിച്ചാമ്പലായ
ഞങ്ങളുടെ ഗ്രാമത്തിന്റെ ചാരം
ഇരുണ്ട മേഘത്തിനുള്ളിൽ
പോയ്മറഞ്ഞു
ഞങ്ങളാശിച്ച പോലെ
ഒരു ഫീനിക്സ് പക്ഷിയും
ആ ചാരത്തിൽ നിന്നുയിർത്തെഴുന്നേറ്റില്ല.
ഞങ്ങളുടെ രക്തസാക്ഷികളുടെ
വസ്ത്രങ്ങളിൽ രാത്രിയുടെ
രക്തമുണങ്ങിയില്ല.
ഒരു പുൽക്കൊടിയും മുളച്ചില്ല,
എങ്കിലും ദൈവത്തിനു സ്തുതി
ഹല്ലേലൂയ...
ഹല്ലേലൂയ...
ഒന്നും മാറാൻ പോകുന്നില്ല,
എല്ലാം വീണ്ടുമാരംഭിക്കും.

* * *

എല്ലാ മരുഭൂമികളെയുംപോലെ,
ഒരു കവിത ജനിക്കാൻ പാകമാക്കി
കാലത്തിന്റെ ശൂന്യതയുടെ ദൂരം ചുരുങ്ങുന്നു.
രാത്രി ഇസ്മാ ഈൽ ഞങ്ങൾക്കിടയിൽ വന്ന് പാടും:
"ഓ അപരിചിതനേ...
ഞാനാണപരിചിതൻ
നീയാകട്ടെ,
എന്നിൽത്തന്നെയുള്ളവനും."

മരുഭൂമി വാക്കുകളിൽ സഞ്ചരിക്കുന്നു
വാക്കുകൾ എല്ലാറ്റിന്റെയും
ശക്തിയെ അവഗണിക്കുന്നു:

ഓ... പൈതൃകമുറങ്ങുന്ന ഊദ്,
നഷ്ടപ്പെട്ടതിനെയെല്ലാം തിരിച്ചുകൊണ്ടുവരൂ.
വിദൂരതയിൽ നിന്ന് വിദൂരതയിലേക്ക്
എന്നെ ബലി നൽകൂ.
ഹല്ലേലൂയ...
ഹല്ലേലൂയ...
ഒന്നും മാറാൻ പോകുന്നില്ല,
എല്ലാം വീണ്ടുമാരംഭിക്കും.

* * *

ഞങ്ങൾ ഒന്നിൽ നിന്ന് മറ്റൊന്നിലേക്ക്
പറക്കുമ്പോഴെല്ലാം
ആശയങ്ങളും ഞങ്ങളോടൊപ്പം ചലിക്കുന്നു.
നീലനിറമുള്ള അഗാധമായ രണ്ട്
ഗർത്തങ്ങൾക്കിടയിൽ ഞങ്ങളോടുന്നു.
ഞങ്ങളുടെ സ്വപ്നങ്ങൾ ഉണരുന്നേയില്ല.
ഇവിടുത്തെ കാവൽക്കാർ
ഇസ്മാഈലിന്റെ സ്ഥലം വിട്ട് പോകുന്നേയില്ല.
ഇവിടെ മണ്ണും വിണ്ണുമില്ല,
രണ്ട് വീണക്കമ്പികളാൽ തീർത്ത
മറയ്ക്കുമുന്നിൽ
ദൈവികമായ ഒരാനന്ദം
ഞങ്ങളെ വന്നുതൊട്ടു.
ഓ ഇസ്മാ ഈൽ...
സമീപഭാവിയിൽ എല്ലാം സാധ്യമാവാൻ
ഞങ്ങൾക്കായി പാടൂ.
ഹല്ലേലൂയ...
ഹല്ലേലൂയ...
ഒന്നും മാറാൻ പോകുന്നില്ല,
എല്ലാം വീണ്ടുമാരംഭിക്കും.

* * *

പുരാതനമായ
അറബ് പൈതൃകമുറങ്ങുന്ന
ഊദിന്റെ താളത്തിനൊത്ത്
സുമേറിയൻ കല്യാണത്തിന്റെ ആരവങ്ങളുയരുന്നു.
ഇവിടെ ഇല്ലായ്മയും ഉണ്മയുമില്ല
അടയ്ക്കാനാവത്ത ഒരാസക്തി
ഞങ്ങളെ വന്നു തൊട്ടിരിക്കുന്നു:
ഒരു തന്ത്രിയിൽ നിന്നും വെള്ളമൊഴുകുന്നു.
രണ്ടു തന്ത്രികളിൽ നിന്ന് തീജ്ജ്വാലകളുയരുന്നു.
മൂന്നു തന്ത്രികളിൽ നിന്ന് പെണ്മ പ്രകാശിക്കുന്നു.

ഓ ഇസ്മാ ഈൽ പാടുക...
അസ്തമയനേരത്ത് ഏദൻസിൽ
രണ്ടു ചരിത്രങ്ങൾക്കിടയിൽ
ഒരു പക്ഷി വട്ടമിട്ടു പറക്കുന്നു.

ഓ ഇസ്മാ ഈൽ പാടൂ.
പെരുന്നാൾ ദിനത്തിന്റെ സന്തോഷങ്ങൾക്കിടയിലും
രക്തസാക്ഷിയുടെ ഖബറടക്കത്തിനും
നെഞ്ചുപൊട്ടി പാടൂ.
ഹല്ലേലൂയ...
ഹല്ലേലൂയ...
ഒന്നും മാറാൻ പോകുന്നില്ല,
എല്ലാം വീണ്ടുമാരംഭിക്കും.

* * *

കവിതയുടെ താഴെയുള്ള പാതയിലൂടെ
ഒരു പടിഞ്ഞാറൻ കുതിര കടന്നുപോകുന്നു.
തടവുകാരുടെ ചുമലുകളിലൂടെ
വാഹനങ്ങൾ കയറിയിറങ്ങുന്നു.
ഹൈക്സോസ് മറവിക്കൊപ്പം കടന്നുപോവുന്നു.

കാലത്തിന്റെയും തത്ത്വജ്ഞാനത്തിന്റെയും ഉടമ
ഇമ്രുൽ ഖൈസ്
ഭാവിയെക്കുറിച്ച് ആകുലനായി
കൈസറുടെ വാതിൽക്കൽ ദുഃഖിച്ചു നിൽക്കുന്നു.
ഭൂതകാലം തയ്മൂർ ലങ്കിനെപ്പോലെ കടന്നുപോകുന്നു.
എല്ലാവരും കവിതയുടെ താഴെയുള്ള പാതയിലൂടെ
കടന്നുപോകുന്നു.
പ്രവാചകന്മാരെല്ലാം ഇസ്മാ ഈലിന്റെ
പാട്ടിനു കാതോർത്ത്
കടന്നുപോകുന്നു:

"ഓ അപരിചിതനേ...
ഞാനാണപരിചിതൻ

ഓ... പൈതൃകമുറങ്ങുന്ന ഊദ്
നഷ്ടപ്പെട്ടതിനെയെല്ലാം തിരിച്ചുകൊണ്ടുവരൂ...
സിരയിൽ നിന്ന് സിരയിലേക്ക്
എന്നെ ബലിനൽകൂ..."
ഹല്ലേലൂയ...
ഹല്ലേലൂയ...

ഒന്നും മാറാൻ പോകുന്നില്ല,
എല്ലാം വീണ്ടുമാരംഭിക്കും... ■

അപരിചിതരുടെ ഉല്ലാസയാത്ര

പുതിനയിലയുടെ ഗന്ധം മതി
എനിക്ക് വീട് തിരിച്ചറിയാൻ.
നീലയും പച്ചയും നിറമുള്ള
ചിത്രശലഭങ്ങൾക്കുനേരെ തുറക്കുന്ന
ജാലകങ്ങളുള്ള വീട്.
ഇവിടത്തെ മേഘങ്ങളുടെ സഞ്ചാരപഥങ്ങളും
കൊടുംവേനലിൽ ദാഹജലവുമായി
ഗ്രാമത്തിലെ പെണ്ണുങ്ങളെ കാത്തിരിക്കുന്ന
കിണറും എനിക്കറിയാം.
ശത്രുവിന്റെ തോക്കിൻകുഴലിൽ
മുട്ടയിടുമ്പോൾ
ഒരു പ്രാവ് എന്ത് പറയുന്നുവെന്നും
വൈകുന്നേരങ്ങളിലെ അതിഥികൾക്കായി
ഞങ്ങളുടെ സ്വപ്നങ്ങൾ വിരിയിക്കുന്ന
ജാസ്മിൻ പുഷ്പത്തെയും എനിക്കറിയാം.

* * *

അപരിചിതരുടെ രഥം
ഇനിയുമെത്തിയിട്ടില്ല.

* * *

ആരുമെത്തിയിട്ടില്ല.
ആകയാൽ നീ വീടിന്റെ ഉമ്മറപ്പടിയിൽ

അഭിവാദ്യങ്ങൾ ഉപേക്ഷിക്കുന്നപോലെ
എന്നെയുമുപേക്ഷിക്കുക.
അതാര് കേൾക്കുമെന്നോർത്ത്
വ്യാകുലപ്പെടാതിരിക്കുക.
ഞാനെന്നോടുതന്നെ ഇങ്ങനെ പറയാൻ
എന്നെ അവിടെ വിട്ടേച്ചു പോവുക:
"ശരീരത്തിൽ ആത്മാവെന്ന പോൽ
ഞാൻ തനിച്ചായിരുന്നോ?"

നീയൊരിക്കൽ പറഞ്ഞു:
"നിങ്ങളെ രണ്ടുപേരെയും ഞാൻ സ്നേഹിക്കുന്നു,
നിന്നെയും വെള്ളത്തെയും."
പാടിപ്പാടി സ്വയം കരയാൻ
മാറ്റിവച്ച ഗിറ്റാർ പോലെ
വെള്ളമെല്ലാറ്റിലും ഒലിച്ചിറങ്ങിയിരിക്കുന്നു.

* * *

അപരിചിതരുടെ ഗിറ്റാർ
ഇനിയുമെത്തിയിട്ടില്ല.

* * *

നമുക്ക് നന്മയുള്ളവരാവാം
നീയെന്നെ അസ്തമയനേരത്ത്
സമുദ്രത്തിലേക്ക് കൊണ്ടുപോവുക;
അത് തന്നിലേക്ക് ശാന്തമായി
സ്വയം മടങ്ങുമ്പോൾ
നിന്നോടെന്താണ് മന്ത്രിക്കുന്നതെന്ന്
ഞാൻ കേൾക്കട്ടെ.
ഞാനൊരു തിരമാലയിലേക്ക്
നുഴഞ്ഞുകയറി പറയും:
"ഒരിക്കൽക്കൂടിയെന്നെ
സമുദ്രത്തിലേക്ക് കൊണ്ടുപോവുക."

ഭീതിയിലാണ്ടുപോയവർ ഇങ്ങനെയാണ്
ആകാശത്ത് സ്വയം കത്തിയെരിയുന്ന
ഒരു നക്ഷത്രം അവരെ കുത്തിനോവിക്കുമ്പോഴെല്ലാം
അവർ സമുദ്രത്തിലേക്ക് പോവുന്നു.

* * *

അപരിചിതരുടെ പാട്ടുകൾ
ഇനിയുമെത്തിയിട്ടില്ല.

* * *

തൂവാലയുടെ തുടിപ്പിൽ നിന്നും
എനിക്ക് വീട് തിരിച്ചറിയാം.
പ്രാവുകളെന്റെ ചുമലിലിരുന്നു
കരയുന്നു.
സുവിശേഷ പുസ്തകത്തിന്റെ
ആകാശത്തിനു കീഴെ
ഒരു കുട്ടി വൃഥാ ഓടിക്കളിക്കുന്നു.
വെള്ളവും സൈപ്രസ് മരവും
കാറ്റും ഓടുന്നു.
ഞാൻ പറയുന്നു:
"നീ വീട്ടിൽ നിന്ന് തിടുക്കത്തിൽ ഇറങ്ങരുത്,
നീ വസ്ത്രം ധരിക്കുന്നത് വരേക്കും
കാറ്റിന്റെ പാദുകങ്ങൾ ധരിക്കുന്നത് വരേയ്ക്കും
ഇവിടെ അൽപനേരം
കാത്തിരിക്കുന്നതിൽ നിന്ന് ഈ ഇടത്തെ
തടയുന്ന ഒന്നുമില്ല."

* * *

അപരിചിതരുടെ ഇതിഹാസം
ഇനിയുമെത്തിയിട്ടില്ല.

* * *

ആരുമെത്തിയിട്ടില്ല.
നിന്നെ കാണുകയും സ്വന്തം
സൗഭാഗ്യങ്ങളെപ്പറ്റിയോർത്ത്
കരയുകയും ചെയ്യുന്ന മനുഷ്യരിൽ നിന്ന്
കെട്ടുകഥകൾ ഉപേക്ഷിക്കുന്നതുപോലെ
എന്നെയും അവിടെയുപേക്ഷിക്കുക:
"ഞാൻ നിന്നെ എത്രമാത്രം
സ്നേഹിച്ചിരുന്നുവെന്നോ...
എന്നാൽ നീയെന്നെയോ?"

ആത്മാവിന്റെ ആഴത്തിൽ നിന്ന്
പേടിച്ചരണ്ട് അവൻ പറയുന്നു:
"ഇപ്പോൾ എന്റെയുള്ളിൽ അവൾ മാത്രമേയുള്ളൂ
ഞാൻ പോലുമില്ല."

അവളുടെ ആനന്ദവേളയിൽ
അവൾ ഞാനായി മാറുന്നു.
ഈ പാട്ടിന്റെ അവസാനം
അവളല്ലാത്ത മാറ്റാരെയെങ്കിലും
സ്വപ്നം കണ്ടേക്കുമോയെന്ന്
ഞാനെത്ര പേടിച്ചുവെന്നോ?

* * *

ആരുമെത്തിയിട്ടില്ല...
ഒരുപക്ഷേ അപരിചിതർക്ക്
വഴിതെറ്റിയതാവാം...! ■

കാക്കയുടെ നിറം

സൂര്യാസ്തമയത്തിന്റെ ഇരുണ്ട ശബ്ദമേ
കരോബ് മരത്തിന്റെ വിജനതയിൽ
നിനക്കായി ഒരേകാന്തതയിതാ...
അവരിപ്പോൾ നിന്നോടെന്താണ് ആവശ്യപ്പെടുന്നത്?

കൊലപാതകിക്ക്
സഹോദരന്റെ മൃതശരീരം
മറവ് ചെയ്യുന്നത് എങ്ങനെയെന്ന് കാണിക്കാൻ
ആദമിന്റെ പൂന്തോട്ടത്തിലെ മണ്ണിൽ നീ
കുഴിയുണ്ടാക്കി.
കൊല്ലപ്പെട്ടവൻ തന്റെ അതിരുകൾ തുറന്നപ്പോൾ
നീ നിന്റെ ഇരുളിനുള്ളിലേക്ക്
ഉൾവലിഞ്ഞു.
ഇല്ലായ്മ അതിന്റെ എണ്ണമറ്റ
തിരക്കുകളിലകപ്പെട്ട പോലെ
നീയും നിന്റെ തിരക്കിലേക്ക് പോയി.
ജാഗ്രത വേണം.
അല്ലയോ കാക്കേ...
നമ്മുടെ ഉയിർത്തെഴുന്നേൽപ്പ്
മാറ്റിവയ്ക്കപ്പെടും, തീർച്ച...

* * *

നമുക്ക് രണ്ടുതവണ
സ്വപ്നം കാണാൻ ഒരു രാത്രി
മതിയാവുന്നില്ല.

നമ്മുടെയാകാശത്തിന്
ഒരു വാതിലേയുള്ളൂ.
'ഒടുക്കം' നമ്മിലേക്ക്
വരുന്നതെങ്ങു നിന്നാവും?
നാം ആദിയുടെ പിൻഗാമികൾ
തുടക്കമല്ലാതെ മറ്റൊന്നും
നാം കാണുന്നുമില്ല.
ശൂന്യതയെ ഉപദേശിക്കുന്ന
ഒരു പുരോഹിതനെപ്പോലെ
നിന്റെ രാത്രിയുടെ കാറ്റുമായി ഒന്നിക്കുക.

അല്ലയോ കാക്കേ...
ഞങ്ങൾക്കിടയിൽ നീ സംശയിക്കപ്പെടുന്നയാളാണ്.
ഞങ്ങളുടെ രക്തബന്ധത്തിന്റെ
ആദ്യ രക്തമിതാ നിന്റെ മുന്നിൽ.
മരീചിക നിന്റെ തൂവലിന്റെ
നിറത്തിൽ നിന്ന് അകന്നപോലെ
ഖാബീലിന്റെ പുതിയ ഭവനത്തിൽ
നിന്നകലുക...

* * *

നിന്റെ ശബ്ദമുള്ള രാത്രിയിൽ
എനിക്ക് ഏകാന്തതയാണ്.
അദൃശ്യമായ എന്തോ ഒന്ന്
എനിക്കും ഞാനതിനും
ഉൾപ്രേരണ നൽകുന്നു.
അതെന്നെയും ഞാനതിനെയും
പാകമായ വഴുതനങ്ങപോലെ
തൂങ്ങിക്കിടക്കുന്ന
ഒരു പേക്കോലത്തിലേക്ക് ഉയർത്തുന്നു.
നിന്റെ സംസാരത്തിൽ നിന്ന്
എന്റെ സംസാരം മോഷ്ടിച്ചശേഷം
അവർ നമ്മിൽ നിന്ന് എന്താണ് ആവശ്യപ്പെടുന്നത്?
അവർക്കെന്റെ കാൽപ്പാടുകളിലൂടെ നടക്കാൻ
ഞാൻ പേക്കോലമായിരുന്നില്ലല്ലോ.

അതിനാൽ നീയെന്റെ
രണ്ടാമത്തെ സഹോദരനാവുക

അല്ലയോ കാക്കേ...
ഹാബീലാണ് ഞാൻ
നീയെന്റെ ചില്ലകളിൽ വന്നിരിക്കാനായി
ഒരു കരോബ് മരമായി
മണ്ണ് എന്നെയിതാ
മടക്കി അയച്ചിരിക്കുന്നു.

* * *

വാക്കുകളിൽ ഞാൻ നീയാകുന്നു
ഒരേ ഗ്രന്ഥം നമ്മെ ഒരുമിപ്പിക്കുന്നു
നിനക്കുള്ള ചാരം എനിക്കുമുണ്ട്
നാം നിഴലുകളിലെ
വെറും സാക്ഷികൾ മാത്രം
പ്രകൃതിയെക്കുറിച്ചുള്ള
രണ്ട് ചെറുകവിതകളുടെ ഇരകൾ മാത്രം.

* * *

ഖുർആൻ നിന്നെ ദീപ്തമാക്കുന്നു:
"അപ്പോൾ തന്റെ സഹോദരന്റെ മൃതദേഹം
മറവു ചെയ്യേണ്ടത് എങ്ങനെയെന്ന്
അവനു കാണിച്ചുകൊടുക്കുവാനായി
നിലത്ത് മാന്തി കുഴിയുണ്ടാക്കുന്ന
ഒരു കാക്കയെ അല്ലാഹു അയച്ചിരിക്കുന്നു."
അവൻ പറഞ്ഞു: എന്തൊരു കഷ്ടം!
എന്റെ സഹോദരന്റെ മൃതദേഹം
മറവുചെയ്യുന്ന കാര്യത്തിൽ
ഈ കാക്കയെപ്പോലെയാകാൻ പോലും
എനിക്ക് കഴിയാതെ പോയല്ലോ.'

അല്ലയോ കാക്കേ...
ഖുർആൻ നിന്നെ ദീപ്തമാക്കുന്നു,
നമ്മുടെ ഉയിർത്തെഴുന്നേൽപ്പിനായി
നീ തിരയുക
ഉയരത്തിൽ വട്ടമിട്ടു പറക്കുക. ■

താർത്താരികളുടെ മീവൽപക്ഷി

എന്റെ ആകാശം കുതിരയോളം ചെറുതായിപ്പോവുന്നു.
ഉച്ചകഴിഞ്ഞു സംഭവിക്കാനിരിക്കുന്നതിനെ
ഞാൻ സ്വപ്നം കാണുന്നു.
താർത്താരികൾ എനിക്കുകീഴെ
ആകാശത്തിനു കീഴെ നടന്നുപോവുന്നു.
അവർ നാട്ടിയ അധിനിവേശത്തിന്റെ ടെന്റുകൾക്കപ്പുറം
മറ്റൊന്നും അവർ സ്വപ്നം കണ്ടതേയില്ല.
വരാനിരിക്കുന്ന ശൈത്യകാലത്ത്
നമ്മുടെ ആടുകളുടെ ഗതിയെന്തെന്ന് അവർക്കറിയില്ല.
സായാഹ്നം എന്റെ കുതിരയോളം ചെറുതായിപ്പോവുന്നു.
താർത്താരികൾ മീവൽപക്ഷികളെപ്പോലെ
ഗ്രാമത്തിലെ ഓരോ വീടിന്റെ മേൽക്കൂരയിലും
അവരുടെ പേരുകൾ ആലേഖനം ചെയ്യുന്നു.
അവർ ഞങ്ങളുടെ ഗോതമ്പുകതിരുകൾക്കു മേലെ
സുരക്ഷിതരായി ഉറങ്ങുന്നു.
പക്ഷേ, അപ്പോഴും ആകാശം വൈകുന്നേരങ്ങളിൽ മെല്ലെമെല്ലെ
അതിന്റെ അവകാശികളിലേക്ക് മടങ്ങുന്നത്
അവർ സ്വപനം കാണുന്നുപോലുമില്ല.

* * *

ഞങ്ങൾക്കൊരു സ്വപ്നമുണ്ട്:
ഇവിടെ സമാധാനത്തിന്റെ കുളിർക്കാറ്റു വീശണം,
അതിൽ, ഞങ്ങൾക്ക് ചുറ്റും അധിനിവേശകർ തീർത്ത
അസ്വാതന്ത്ര്യത്തിന്റെ കുന്നുകൾക്ക് മീതെ
അറബ് 'കാവ'യുടെ ഗന്ധം പരക്കണം.

* * *

എന്റെ സ്വപ്നമിതാണ്:
"പിറന്ന മണ്ണ് എന്റെമേൽ കുടുസ്സാവാൻ തുടങ്ങുമ്പോൾ
മീവൽപക്ഷിയെപ്പോലെ ചിറകുവിടർത്തി
ഞാൻ പറക്കുക."

ആൾക്കൂട്ടത്തിൽ ഞാനെന്റെ കണ്ണാടിയിലും
ഞാനിഷ്ടപ്പെടുന്നവരുടെ കാലുകളാൽ നടക്കുന്ന
നക്ഷത്രങ്ങളെപ്പറ്റിയുള്ള ചോദ്യങ്ങളിലും
നിറഞ്ഞുനിൽക്കുന്നു.
എന്റെ ഏകാന്തതയിൽ തീർഥാടകർക്ക്
ജറൂസലേമിലേക്കുള്ള വഴികളുണ്ട്.
ഈ പുണ്യനഗരത്തിന് അതിന്റെ പിതാവിന്റെ പേര്
കാത്തുസൂക്ഷിക്കാനും ഇങ്ങനെ ഖേദിക്കാനും
ഇനിയുമെത്ര പ്രവാചകന്മാർ വേണം?
ഒരു യുദ്ധം പോലുമില്ലാതെ ഞാൻ തകർന്നുവെന്നോ?
തന്റെ കടുംചുവപ്പുള്ള തട്ടം ഇഷ്ടമാവാൻ
ഓരോ സമൂഹത്തിനും
എത്രയെത്ര ആകാശങ്ങൾ മാറിമാറി വരുന്നു...
ഞങ്ങളെയിങ്ങനെ തുറിച്ചു നോക്കരുത്
അവസാനത്തെ രക്തസാക്ഷിയാവുകയും അരുത്.

* * *

ചിത്രശലഭത്തിന്റെ വ്യക്തതയിലും
കുതിരയുടെ ശബ്ദത്തിനപ്പുറത്തുള്ള
മൾബറിത്തോട്ടങ്ങളിലും
പിതാവിലും മകനിലും
ദൈവങ്ങളെയും മുൻഗാമികളുടെ നിധികളെയും തേടി
മെഡിറ്ററേനിയൻ തീരത്തുകൂടെ
നടക്കുന്ന വഴിയാത്രക്കാരിലും
ഏതോ സമാധാനഗീതത്തിനായി
എന്റെ ചുമലിൽ കാത്തുനിൽക്കുന്ന പക്ഷിയിലും
എനിക്കൊരുപാട് സ്വപ്നങ്ങളുണ്ട്.
എന്നാലിപ്പോൾ ഞാനെന്റെ
സ്വപ്നത്തെപ്പറ്റി ഭയപ്പെടുന്നു.

* * *

പ്രാചീന രാത്രികളുടെ ആളുകളായ ഞങ്ങൾക്ക്
ഞങ്ങളുടേതായ ശീലങ്ങളുണ്ട്.
ഞങ്ങൾ സ്വപ്നങ്ങളിൽ വിശ്വസിക്കുകയും
ഞങ്ങളുടെ ദിവസങ്ങളെ നിഷേധിക്കുകയും ചെയ്യുന്നു.
താർത്താരികൾ വന്ന ശേഷം
ഞങ്ങളുടെ ദിവസങ്ങൾ ഞങ്ങളോടൊപ്പമില്ലായിരുന്നു.
ഞങ്ങളുടേതല്ലാത്ത നഷ്ടത്തിന്റെ ദിനങ്ങൾ.
ഇപ്പോൾ അവർ എല്ലാമവസാനിപ്പിച്ച്
പോകാനൊരുങ്ങുമ്പോൾ
അവർക്കു പിന്നിൽ ഞങ്ങൾ
നരകിച്ചു തീർത്ത ദിവസങ്ങളെപ്പറ്റി
അവർ ബോധപൂർവം മറന്നുകളയുന്നു.

ഞങ്ങൾ വീണ്ടും സമീപഭാവിയിൽ
വയലുകളിലേക്കിറങ്ങും.
വെളുത്ത കിടക്കവിരികളാൽ
ഞങ്ങൾ പതാകകളുണ്ടാക്കും.
ഒരു പതാകയുണ്ടായേ തീരൂ എങ്കിൽ
ഞങ്ങൾ ഇതുപോലെ
ചുളിവുകളില്ലാത്ത പതാകയുണ്ടാക്കും.

നമുക്ക് ശാന്തരാവാം...
അപരിചിതരുടെ
സാർഥവാഹക സംഘത്തിനപ്പുറത്തേക്ക്
നമ്മുടെ സ്വപ്നങ്ങൾ
അതിരുവിട്ട് പറക്കാതിരിക്കാൻ,
നമുക്ക് ശാന്തരാവാം...!

* * *

ഞങ്ങൾക്കൊരു സ്വപ്നമുണ്ട്:
മരണപ്പെട്ടവരെ വഹിക്കുന്ന നക്ഷത്രം പോലെ
ഞങ്ങളെ വഹിക്കുന്ന
ഒരു സ്വപ്നത്തെ കണ്ടെത്തുക. ■

തീവണ്ടി കടന്നുപോയിരിക്കുന്നു

തീവണ്ടി അതിവേഗം കടന്നുപോയിരിക്കുന്നു.
ഏതെങ്കിലുമൊരു തീവണ്ടി
വന്നിരുന്നെങ്കിലെന്ന് പിറുപിറുത്ത്
ഞാനപ്പോഴും പ്ലാറ്റ്ഫോമിൽ
കാത്തിരിക്കുന്നുണ്ടായിരുന്നു.
യാത്രക്കാർ അവരുടെ ജീവിതങ്ങളിലേക്ക്
മടങ്ങിരിക്കുന്നു.
ഞാനപ്പോഴും കാത്തിരിപ്പുണ്ടായിരുന്നു.

* * *

അങ്ങകലെ
വയലിനുകൾ കരയുന്നു
ഒരു മേഘമെന്നെ അതിന്റെ കൈകളിൽ
ഉയർത്തുകയും
പിന്നെ തകർത്തുകളയുകയും ചെയ്യുന്നു.

* * *

നിഗൂഢമായ കാര്യങ്ങളോടുള്ള
മോഹം അടുക്കുകയും അകലുകയും ചെയ്യുന്നു.
ചന്ദ്രന്റെ നിലാവേറ്റാൽ
'ഞാൻ ചന്ദ്രനാണ്' എന്ന്
വിളിച്ചുപറയുന്ന ഒരു പെണ്ണിൽ നിന്ന്
മറവിയെന്നെ അകറ്റുകയോ
ഓർമകളെന്നെ അടുപ്പിക്കുകയോ ചെയ്യുന്നില്ല.

* * *

തീവണ്ടി കടന്നുപോയിരിക്കുന്നു.
എന്റെകൂടെ പ്ലാറ്റ്ഫോമിൽ
എന്റെ സമയമുണ്ടായിരുന്നില്ല
അപ്പോഴത്തെ സമയം
ഇപ്പോഴുള്ളതിൽ നിന്ന്
വ്യത്യസ്തമായിരുന്നോ?
നാടോടികൾ പലായനം ചെയ്തപ്പോൾ
ഇന്നലെയും നാളെയും തമ്മിലുള്ള ബന്ധം
വിച്ഛേദിക്കപ്പെട്ടിരുന്നു, ആ ദിവസമേതാണ്?

* * *

ഇവിടെയാണ് ഞാൻ ജനിച്ചത്.
അല്ല, ഞാൻ ജനിച്ചിട്ടേയില്ല.
എന്റെ ദുർവാശിയുള്ള ജന്മം
ഈ തീവണ്ടിയാത്ര പൂർത്തിയാക്കും
എനിക്കുചുറ്റും മരങ്ങൾ സഞ്ചരിക്കും.

* * *

ഇവിടെയാണ് ഞാൻ
നിലകൊള്ളുന്നത്.
എന്നാലെനിക്ക് നിലനിൽപ്പേയില്ല.
ഇരുതീരങ്ങളും കവിഞ്ഞു നിൽക്കുന്ന,
ഒരു യുവാവ് കൊല്ലപ്പെട്ട പുഴപോലെ
ഞാനെന്നെ സ്വയം കണ്ടെത്തുന്നത് ഇവിടെയാണ്.
തീവണ്ടി വേഗത്തിൽ
എന്നെയും കടന്നുപോയിരിക്കുന്നു.
ആളുകളെ സ്വീകരിക്കണോ
വിടപറയണോ എന്നറിയാത്ത
സ്റ്റേഷനെപ്പോലെയാണ് ഞാൻ.
സ്വാഗതം
എന്റെ പ്ലാറ്റ്ഫോമിലെല്ലാമുണ്ട്;
കഫേ
ഓഫീസുകൾ
പനിനീർപ്പൂക്കൾ

ഫോണുകൾ
പത്രങ്ങൾ
സാൻഡ്‌വിച്ചുകൾ
സംഗീതം
ഇവിടെവന്നു കാത്തിരിക്കുന്ന
മറ്റൊരു കവിക്കായുള്ള താളവും.

* * *

തീവണ്ടി അതിവേഗം കടന്നുപോയി.
ഞാനപ്പോഴും പ്ലാറ്റ്ഫോമിൽ
കാത്തിരിപ്പാണ്. ■

ഭാഗം മൂന്ന്

ഉയിർത്തെഴുന്നേൽപ്പിന്റെ കവാടത്തിലെ കലാപം

കിണർ

പുരാതനമായ കിണർ സന്ദർശിക്കാൻ
മേഘാവൃതമായ ഒരു ദിവസം ഞാൻ തിരഞ്ഞെടുക്കും.
ഒരുപക്ഷേ അതിൽ ആകാശം നിറഞ്ഞുനിന്നേക്കാം.
അത്രമേലാഴമുണ്ടതിന്.
ഒരുപക്ഷേ ആശയങ്ങൾകൊണ്ടും
ഉപമകൾ കൊണ്ടും അത് നിറഞ്ഞു കവിഞ്ഞേക്കാം.
അതിൽ നിന്നും ഒരു കുമ്പിൾ വെള്ളം ഞാൻ കുടിക്കും.
ചുറ്റും മറവ് ചെയ്തവരോട് ഞാൻ പറയും:
"ഈ പൈതൃകമുറങ്ങുന്ന കിണറിലെ
വെള്ളത്തിനുചുറ്റും
മറവ് ചെയ്യാൻ ഭാഗ്യം ലഭിച്ചവരേ.
നിങ്ങൾക്ക് സലാം...
ഒരു കല്ലിലെ മണ്ണുമാറ്റി ഞാനതിനോട് പറയും:
ഓ കൊച്ചുകല്ലേ,
നിനക്ക് സ്വാഗതം...
നാം രണ്ടും നമ്മെ വേദനിപ്പിക്കുന്ന
ഒരു പക്ഷിയുടെ ചിറകുകളായിരുന്നെങ്കിൽ.
സ്വന്തം രൂപത്തിന് ചുറ്റും
ഒരിക്കലും പരസ്പരം കണ്ടുമുട്ടാത്ത വിധം
ചുറ്റിക്കൊണ്ടിരിക്കുന്ന ചന്ദ്രനും സ്വാഗതം...

സൈപ്രസ് മരത്തോട് ഞാൻ പറയും:
പൊടിപാടലങ്ങൾ നിന്നോടെന്ത്
മൊഴിയുന്നുവെന്ന് ശ്രദ്ധിക്കുക.

ഒരുപക്ഷേ ഞങ്ങളിവിടെ
വിവാഹസൽക്കാരത്തിൽ വായിക്കുന്ന
വീണയിലെ രണ്ടു കമ്പികൾപോലെ
ഉണ്ടായിരുന്നിരിക്കാം.
ഒരുപക്ഷേ ഞങ്ങളൊരു കാമുകന്റെ
കൈകളായിരുന്നുന്നിരിക്കാം.
ഞാനെന്റെ സ്വത്വത്തിനു നേരെ നടക്കുകയായിരുന്നു,

ഞാനെന്നോടുതന്നെ പറയുന്നു:
നീ ശക്തനാവുക,
നിന്റെ ആടിന്റെ കൊമ്പുപോലെ,
ഭൂതകാലത്തെ ആത്മാഭിമാനത്തോടെ
ഉയർത്തിപ്പിടിക്കുക,
പിന്നെ നിന്റെ കിണറിനടുത്തിരിക്കുക
ഒരുപക്ഷേ താഴ്വാരത്തെ മാൻപേടകൾ
നിന്നെ ഉറ്റുനോക്കിയേക്കാം.
തകർന്ന വർത്തമാനകാലത്തിന്റെ
ശിലാരൂപമാണ് നിന്റെ ശബ്ദം.
എല്ലാം മറക്കാൻ ഞാനെന്റെ ചെറുസന്ദർശനം
ഇനിയും നടത്തിയിട്ടില്ല.
എന്റെ ഹൃദയത്തിന്റെ ഉപകരണങ്ങളെല്ലാം
ഞാനെടുത്തിട്ടില്ല.
പൈൻ മരങ്ങൾ കാറ്റിലാടുന്ന
ശബ്ദമാണെന്റെ മണിനാദം.
എന്റെ ഗോവണി ആകാശത്തിനടുത്താണ്.
എന്റെ നക്ഷത്രങ്ങൾ മേൽക്കൂരയ്ക്കു ചുറ്റുമാണ്.
എന്റെ ശബ്ദം പരുഷമായത്
പഴയ ഉപ്പിന്റെ കുത്തേറ്റാണ്.

ഞാനെന്റെ ഓർമ്മയോട് പറയുന്നു.
നല്ല കാലത്തിന്റെ സുഖമുള്ള ഓർമകളിലേക്ക്
ദുഃഖങ്ങളറിയാതെ എല്ലാം മറന്ന് ഉറങ്ങിയ
കാലത്തേക്ക് കൂട്ടിക്കൊണ്ടുപോവുന്ന
മുത്തശ്ശിയുടെ വാക്കുകളേ
സലാം.

കിണറിന്റെ വാതിൽക്കൽ എന്റെ പേര്
പഴയ സ്വർണമോതിരത്തിന്റെ
ശബ്ദംപോലെ മുഴങ്ങുന്നു.
ഒരു പുൽക്കൊടി പോലുമില്ലാത്ത
വിജനമായ താഴ്വാരത്തു നിന്നെന്നപോലെ
എന്റെ പൂർവികരുടെ ഏകാന്തതയുടെ ശബ്ദം
ഞാൻ കേൾക്കുന്നു.
യൂസുഫോ യൂസുഫിന്റേയോ സഹോദരങ്ങളുടേയോ
ഭയപ്പാടിന്റെ പ്രതിധ്വനികൾ ഇല്ലാത്ത കിണറിൽ നിന്ന്
അൽപനേരം കഴിഞ്ഞ്
ഞാൻ ജീവനോടെ മടങ്ങും.
സൂക്ഷിക്കുക.
ഇവിടെയാണ്
ഈ കിണറ്റിൻ കരയിലാണ്
നിന്റെ മാതാവ് നിന്നെ ഇരുത്തിയത്
എന്നിട്ട് അവർ
ചില മന്ത്രങ്ങളുച്ചരിച്ചു.
ഇനി നീ നിനക്കിഷ്ടമുള്ള പോലെ ചെയ്യുക.
ഞാനെനിക്കിഷ്ടമുള്ളപോലെ ചെയ്തിരിക്കുന്നു.

ഈജിപ്ത്, സിറിയ, ബാബിലോണിയ...
മൂന്ന് പാർശ്വങ്ങളിലായി,
രാക്കഥകളിലൂടെ ഞാൻ വളർന്നിരിക്കുന്നു.
കൃഷിയുടെ ദേവതകളില്ലാതെ ഇവിടെ
ഞാൻ ഒറ്റയ്ക്ക് മെല്ലെമെല്ലെ വളർന്നിരിക്കുന്നു..
(അവർ ഒലീവുമരക്കാട്ടിൽ കല്ലുകൾ
കഴുകുകയായിരുന്നു...
അവർ മഞ്ഞുകണങ്ങളാൽ നനഞ്ഞിരുന്നു.)

യാത്രാസംഘത്തിൽ നിന്നും ഞാൻ
ഒരു പാമ്പിന്റെ മുന്നിലേക്ക്
വീണതായി സ്വപ്നം കണ്ടു.
അവിടെ എന്റെ പേക്കോലമല്ലാതെ
മറ്റാരെയും കാണാനായില്ല.

ഭൂമിയെന്നെ അതിന്റെ പുറത്തേക്ക്
വലിച്ചെറിഞ്ഞിരിക്കുന്നു..
എന്റെ പേര് ഒരു കുതിരക്കുളമ്പടിപോലെ
എന്റെ കാൽപ്പാടുകളിൽ മുഴങ്ങുന്നു.

ഓ,
പേരിൽത്തന്നെ അനശ്വരതയൊളിപ്പിച്ച ഗിൽഗിമാഷ്
ഈ ശൂന്യതയിൽ നിന്നെനിക്കു മടങ്ങിവരാൻ
എന്നിലേക്കടുക്കൂ.
എന്റെ സഹോദരനാവൂ.
എന്നോടൊപ്പം പുരാതനമായ കിണറ്റിനരികിലേക്ക്
ഉച്ചത്തിൽ നിലവിളിക്കാൻ പോരൂ.
ഒരു സ്ത്രീയെപ്പോലെ ആ കിണർ
ആകാശം കൊണ്ടുനിറഞ്ഞേക്കാം.
ഒരുപക്ഷേ ആശയങ്ങൾകൊണ്ടും ഉപമകൾ കൊണ്ടും
അത് നിറഞ്ഞു കവിഞ്ഞേക്കാം.
നമ്മളതിൽ നിന്നും ഒരു കുമ്പിൾ
വെള്ളം കുടിക്കും.
ചുറ്റും മറവ് ചെയ്യപ്പെട്ടവരോട് നാം പറയും:
ഈ പൈതൃകമുറങ്ങുന്ന കിണറിലെ
വെള്ളത്തിനുചുറ്റും
മറവു ചെയ്യാൻ ഭാഗ്യം ലഭിച്ചവരേ.
നിങ്ങൾക്ക് സലാം... ■

സൂറത്തു റഹ്മാനിലെ 'നൂൻ'* പോലെ

ഓക്കു വനത്തിൽ
നീരുറവകളുടെ കിഴക്ക്
എന്റെ മുത്തച്ഛൻ
തന്റെ അവഗണിക്കപ്പെട്ട നിഴലിലേക്ക്
സ്വയം ചുരുണ്ടുകൂടിയിരിക്കുന്നു.
തീറ്റപ്പുല്ല് അദ്ദേഹത്തിന്റെ നിഴലിനുമീതെ വളർന്നിട്ടില്ല.
രാത്രിമേഘമിനിയും പുറത്തേക്കിറങ്ങിയിട്ടില്ല

* * *

അദ്ദേഹത്തിന്റെ തകർന്നടിഞ്ഞ സ്വപ്നങ്ങളിൽ
ഭൂമി സൂചികൊണ്ട് നെയ്തെടുത്ത
ഒരു വസ്ത്രം പോലെയാണ്.
മുത്തച്ഛൻ ഉറക്കത്തിൽ നിന്ന്
പൊടുന്നനെ ഞെട്ടിയുണർന്ന്
തന്റെ മുന്തിരിത്തോട്ടത്തിൽനിന്ന്
പുല്ല് ശേഖരിക്കാൻ ഇറങ്ങും
എന്നോ ആ തോട്ടം കറുത്ത റോഡുകൾക്ക് താഴെ
കുഴിച്ചുമൂടപ്പെട്ടുവെന്ന യാഥാർത്ഥ്യം
അദ്ദേഹം മറന്നു പോയിരുന്നു.

* * *

---

* അറബിയിലെ ഒരു അക്ഷരം

കിണറിന്റെ കിഴക്കുഭാഗത്തുള്ള
തുളസിത്തോട്ടത്തിൽ വച്ച്
അദ്ദേഹമെന്നെ ഖുർആൻ പഠിപ്പിച്ചു.
ആദമിന്റെയും ഹവ്വയുടെയും
മറവിയുടെ തോട്ടത്തിൽ നിന്ന്
വന്നവർ നാം...
മുത്തച്ഛാ...
ഞാൻ മരുഭൂമിയിലെ
അവസാനത്തെയാളാണ്
നമുക്ക് ഉന്നതങ്ങളിലേക്ക് കയറിപ്പോവാം.

* * *

അദ്ദേഹത്തിന്റെ നഗ്നമായ പേരിനുചുറ്റുമുള്ള
കടലും മരുഭൂവും കാവൽക്കാരാണ്.
എന്നാലവർക്ക് സൂറത്തു റഹ്മാനിലെ
'നൂനിനു' ചുറ്റും നിൽക്കുന്ന
എന്റെ മുത്തച്ഛനെയോ മക്കളെയോ
തിരിച്ചറിയാൻ പോലുമായിട്ടില്ല.
അല്ലാഹുവേ
നീ സാക്ഷി.

* * *

എന്നാൽ,
തന്റെ ആത്മാവിൽ നിന്ന്
കരുത്തോടെ ജനിക്കുകയും
തീനാളങ്ങൾക്കരികെ ജീവനോടെ
കുഴിച്ചുമൂടപ്പെടുകയും ചെയ്ത ഒരാൾക്ക്
തന്റെ ജ്വലിക്കുന്ന രഹസ്യത്തിൽ നിന്നും
ഫിനിക്സ് പക്ഷിക്കുപോലും
ദീപം തെളിയിക്കാനുള്ള ഊർജ്ജം പകരാനാവും.

* * *

ഓക്കുവനത്തിൽ,
നീരുറവകളുടെ കിഴക്ക്
എന്റെ മുത്തച്ഛൻ
തന്റെ അവഗണിക്കപ്പെട്ട നിഴലിലേക്ക്
സ്വയം ചുരുണ്ടുകൂടിയിരിക്കുന്നു.
അദ്ദേഹത്തിന്റെ നിഴലിനു മീതെ
സൂര്യൻ പോലുമുദിച്ചിട്ടില്ല
അദ്ദേഹത്തിന്റെ നിഴലിനുമീതെ
മറ്റൊരു നിഴൽപോലും വീണിട്ടില്ല. ■

ഹൂറിയായുടെ അധ്യാപനങ്ങൾ

I

ഒരു ദിവസം ഞാൻ പോകാനിരുന്നപ്പോൾ
മാതാവിന്റെ കയ്യിൽ
ഒരു കുരുവി വന്നിരുന്ന് ഉറങ്ങിപ്പോയി.
എന്റെ വീഞ്ഞുകോപ്പ നിറഞ്ഞിരിക്കുന്നു എന്ന്
അവരെ അറിയിക്കാൻ
ഞാനൊരു മുന്തിരിവള്ളിയിൽ തലോടിയാൽ
മതിയാവുമായിരുന്നു.
എന്റെ സ്വപനം അവർക്ക് വ്യക്തമായി കാണാൻ
ഞാൻ നേരത്തെ കിടന്നുറങ്ങിയാൽ മാത്രം
മതിയാവുമായിരുന്നു.
എന്റെ ഒരു കത്ത് മതിയായിരുന്നു
എന്റെ അഡ്രസ്സ് ജയിൽറോഡിന്റെ
മുകളിലേക്ക് മാറിയെന്നറിയാൻ.
ഇപ്പോഴെന്റെ ജീവിതം അതിനെ മാത്രം ചുറ്റിപ്പറ്റിയാണ്.

II

മാതാവ് ദൂരെനിന്നും
അവരുടെ സ്വർണമുടി ചീകുന്ന
ചീർപ്പുകൊണ്ട് എനിക്ക് ചീകിത്തരും.
എന്റെ അടിവസ്ത്രങ്ങളിൽ
വിദേശസ്ത്രീകളുടെ ഗന്ധമുണ്ടോ
എന്നറിയാൻ എന്നെ പരിശോധിക്കും.
എന്റെ കീറിയ സോക്സുകൾ തുന്നിത്തരും.

നമ്മൾ കരുതുംപോലെ
മാതാവിന്റെ അരികിൽ നാം വളരുന്നേയില്ല.
ഞാനുമവരും ഒരു മാർബിൾ
മലഞ്ചെരുവിൽ വച്ച് പിരിഞ്ഞതാണ്.
മേഘങ്ങൾ ഞങ്ങൾക്കും
ആ മണ്ണിന്റെ അവകാശികളായ ആട്ടിൻപറ്റത്തിനും
കൈവീശി അഭിവാദ്യങ്ങളർപ്പിച്ചതാണ്.
പ്രവാസം ഞങ്ങൾക്കായി
രണ്ടു ഭാഷകളെ സൃഷ്ടിച്ചിരിക്കുന്നു.
ഒന്ന് ഞങ്ങളുടെ ഓർമ്മകൾ സൂക്ഷിക്കാനുള്ള
പ്രാവുകൾക്കുപോലും മനസ്സിലാവുന്ന
സാധാരണ ഭാഷ.
മറ്റൊന്ന് നിഴലുകൾക്ക് അവയുടെ നിഴലുകളെപ്പറ്റി
വിശദീകരിച്ചു കൊടുക്കേണ്ട ക്ലാസ്സിക്കൽ ഭാഷ.

III

ഞാനിപ്പോഴും നിങ്ങളുടെ ഇടയിൽ
ജീവിക്കുന്നു മാതാവേ...
രോഗം ബാധിച്ച് അവശനായ ഒരു കുട്ടിയോട്
തന്റെ അമ്മ വാത്സല്യത്തോടെ
സംസാരിക്കുന്നപോലെ
നിങ്ങളെന്നോട് ഒന്നും പറയുന്നില്ല.
ബദവിയൻ ടെന്റുകൾക്കു മീതെ വന്നുവീഴുന്ന
അരണ്ട നിലാവു കണ്ടുകണ്ട്
ഞാൻ രോഗിയായിരിക്കുന്നു.
നമ്മൾ ലബ്നാനിലേക്ക് പലായനം ചെയ്ത
വഴി ഓർക്കുന്നുണ്ടോ?
അന്ന് നിങ്ങളെന്നെയും
നമ്മൾ ഭക്ഷണം കരുതിയ കവറും
മറന്നുവച്ചു.
അതിർത്തിയിലെ കാവൽക്കാരെ
ഉണർത്താതിരിക്കാൻ
ഞാൻ കരഞ്ഞു നിലവിളിച്ചില്ല.

മഞ്ഞിന്റെ ഗന്ധം നിങ്ങളുടെ
തോളിൽ പതിഞ്ഞു കിടക്കാനെന്നെ പ്രേരിപ്പിച്ചു.
മാതാവേ...
സ്വന്തം ദേശത്ത് വാസസ്ഥലവും
കുഞ്ഞുങ്ങളെയും നഷ്ടപ്പെട്ട
മാൻപേടയാണ് നിങ്ങൾ...

IV

മാതാവേ...
നിങ്ങൾക്ക് വികാരവായ്പോടെ സംസാരിക്കാൻ
സമയമില്ല.
ഉച്ചകഴിഞ്ഞ് എന്നും നിങ്ങൾ
തുളസി ചേർത്ത് മാവുകുഴച്ചു.
സ്വർഗ്ഗസമാനമായ ദേശത്തുനിന്ന്
രണ്ടാമതും ആട്ടിയോടിക്കപ്പെട്ടതു മുതൽ
നിങ്ങളുടെ വിരസമായ മനസ്സിനെ
അലോസരപ്പെടുത്തുന്ന കാര്യമെന്തെന്ന്
എനിക്കറിയാം.
നമ്മുടെ ലോകമാകെ മാറി
ഒപ്പം നമ്മുടെ ശബ്ദങ്ങളും
നമുക്കിടയിലെ അഭിവാദ്യങ്ങൾപോലും
പാടേ മാറിയിരിക്കുന്നു.
അവയ്ക്ക് മണലിൽ വീഴുന്ന
കുപ്പായക്കുടുക്കുപോലെ
പ്രതിധ്വനികളില്ലാതായിരിക്കുന്നു.
ഉമ്മാ...
എന്നോട് സുപ്രഭാതം എന്നെങ്കിലും പറയൂ
എന്റെ ജീവിതം അർത്ഥപൂർണ്ണമാക്കാൻ
എന്നോടെന്തെങ്കിലും പറയൂ.

V

അവൾ ഹാജറിന്റെ മാതാവ് വഴിയുള്ള സഹോദരിയാണ്.
ഇനിയും മരിക്കാത്ത മരിച്ചവർക്കായി
അവൾ പുല്ലാങ്കുഴലൂതി കരഞ്ഞുപാടുന്നു.

ആകാശമെങ്ങനെ തുറക്കുന്നുവെന്നറിയാൻ
അവളുടെ കൂടാരത്തിനു ചുറ്റും സെമിത്തേരികളില്ല.
മരീചികയുടെ മുഖത്ത്
തന്റെ തോട്ടം കാണാൻ
എന്റെ വിരലുകൾക്കു പിറകിലെ
മരുഭൂമി അവർ കാണുന്നേയില്ല.
പ്രാചീനമായ കാലം അവരെയും കൊണ്ട്
അനിവാര്യമായ ഒരു വ്യർത്ഥതയിലേക്ക് ഓടുന്നു.
അവരുടെ പിതാവ് ഷർക്കസിയെപ്പോലെ
വിവാഹക്കുതിരപ്പുറത്ത് പറക്കുന്നു.
മാതാവ് തന്റെ കണ്ണീരടക്കി ഭർത്താവിന്റെ
പുതിയ ഭാര്യയ്ക്കായി മൈലാഞ്ചിയൊരുക്കുകയും
അവളുടെ കണങ്കാൽ
പരിശോധിക്കുകയും ചെയ്യുന്നു.

VI

സംഭാഷണത്തിന്റെ നാൽക്കവലയിൽ
യാത്രപറയാൻ വേണ്ടി മാത്രം
ഞങ്ങൾ കണ്ടുമുട്ടിയിരിക്കുന്നു.
അവരെന്നോട് പറയുന്നു:
നാട്ടിൽ നമ്മുടെ ഗ്രാമത്തിലെ
പെൺകുട്ടികളേക്കാൾ സുന്ദരിയായ
ഇവിടത്തെ ഒരപരിചിതയെ
വിവാഹം ചെയ്യുക.
എന്നാൽ,
ഞാനല്ലാത്ത ഒരു പെണ്ണിനേയും
വിശ്വസിക്കരുത്.
നിന്റെ ഓർമകളെപ്പോലും എപ്പോഴും
കണ്ണടച്ച് വിശ്വസിക്കരുത്.
മാതാവിന്റെ ജീവിതം പ്രകാശപൂരിതമാവാൻ
സ്വയം എരിഞ്ഞു തീരരുത്
അങ്ങനെ ചെയ്യുക എന്നത് മാതാവിന്റെ
മനോഹരമായ ജോലിയാണ്.
മഞ്ഞുവീഴുന്ന കാലത്തിനായി
കൊതിക്കരുത്.

ആകാശത്തെപ്പോലെ യാഥാർഥ്യ ബോധമുള്ളവനാവുക.
മുത്തച്ഛന്റെ കറുത്ത കോട്ടിനോ
മുത്തശ്ശി സ്നേഹത്തോടെ വച്ചുനീട്ടുന്ന
കൈമടക്കുകൾക്കോ വേണ്ടി കൊതിക്കരുത്.
ഈ ലോകത്ത് സ്ത്രീയുടെ
വിവാഹമൂല്യം പോലെ സഞ്ചരിക്കുക...
എവിടെയായിരുന്നാലും
നീ നീയായിട്ടിരിക്കുക...
നിന്റെ ഹൃദയഭാരം സ്വയം വഹിക്കുക...
നിന്റെ രാജ്യം മറ്റു രാജ്യങ്ങളിലേക്ക് വികസിക്കുമ്പോൾ
അവിടെ രംഗം ശാന്തമാവുമ്പോൾ
സമാധാനത്തോടെ മാതൃരാജ്യത്തേക്ക്
മടങ്ങുക...

VII

എന്റെ മാതാവ് എന്റെ കണ്ണാടിക്കു ചുറ്റും
കൻആനികളുടെ അവസാനത്തെ നക്ഷത്രങ്ങളെ
പ്രകാശിപ്പിക്കുന്നു.
എന്റെ അവസാനത്തെ കവിതയിലേക്ക്
അവരുടെ തട്ടം വലിച്ചെറിയുന്നു...! ■

ചീർപ്പ്

നീലമേഘങ്ങൾ കോട്ടയിൽനിന്നും
ഊടുവഴികളിലേക്കിറങ്ങിയിരിക്കുന്നു.
പട്ടിനാൽ നെയ്തെടുത്ത തട്ടവും
പ്രാവിൻ പറ്റവും പറക്കുന്നുണ്ട്.
ജലാശയത്തിന്റെ ഉപരിതലത്തിലൂടെ
ആകാശം മെല്ലെ നടന്നുപോവുന്നു.
എന്റെ ആത്മാവ് ഒരു തൊഴിലാളി-
ത്തേനീച്ചയെപ്പോലെ ഊടുവഴികൾക്കും
കടലിനുമിടയിലൂടെ പറക്കുന്നു.
അത് ആക്കോയിലെ റൊട്ടി കഴിക്കുകയും
അയ്യായിരം വർഷം പഴക്കമുള്ള അതിന്റെ
അതിപുരാതനമായ മോതിരം
തടവുകയും ചെയ്യുന്നു.

* * *

കവിത പറയുന്നു:
ഈ ടൂർ ഗൈഡ് ആൽബത്തിന്റെ മേൽ
ജനലിലൂടെ വെയിൽ വന്നുവീഴുംവരെ
നമുക്ക് കാത്തിരിക്കാം

* * *

തിരമാല അനന്തതയിലേക്ക്
പ്രവേശിക്കുന്നപോലെ
ശിലപോലെ ഉറച്ച കക്ഷത്തിലൂടെ
ഞാൻ ഉള്ളിലേക്ക് കടക്കുന്നു.

മുറികളിൽ നിന്ന് മുറികളിലേക്ക്
കടന്നുപോവുന്ന പോലെ
ഞാൻ കാലങ്ങൾക്കിടയിലൂടെ കടന്നുപോവുന്നു.
കാലത്തിന്റെ പരിചിതമായ ഉള്ളടക്കങ്ങൾ
ഞാൻ എന്നിൽ തന്നെ കാണുന്നു:
കൻആനി പെൺകുട്ടിയുടെ കണ്ണാടി
ഐവറി ചീർപ്പുകൾ
അസീറിയൻ സൂപ്പ് പാത്രങ്ങൾ
തന്റെ പേർഷ്യൻ യജമാനന്റെ
ഉറക്കത്തെ സംരക്ഷിക്കുന്ന വാൾ
ഒരു കപ്പൽക്കൊടിമരത്തിൽ നിന്നും
മറ്റൊന്നിലേക്ക് പരുന്തുകളുടെ
പൊടുന്നനെയുള്ള കുതിപ്പ്.

* * *

എനിക്ക് മറ്റൊരു വർത്തമാനകാലം
കൂടെയുണ്ടായിരുന്നെങ്കിൽ
എന്റെ ഭൂതകാലത്തിന്റെ
താക്കോലുകൾ സ്വന്തമാക്കിയേനേ...
എന്റെ ഭൂതകാലമെന്റെ കൂടെയുണ്ടായിരുന്നെങ്കിൽ
എന്റെ ഭാവിയെ മുഴുവൻ ഞാൻ
സ്വന്തമാക്കിയേനേ.

* * *

എന്റെ യാത്ര അത്രമേൽ നിഗൂഢമാണ്
നിഗൂഢമായ ചന്ദ്രനിലേക്ക് ചെന്നെത്തുന്ന
നീണ്ട ഇടവഴികളിലൂടെയുള്ള യാത്ര
ഇവിടെയിതാ ഒരു ഈന്തപ്പന എനിക്കായി
ഒരു ഗോപുരവും വഹിച്ചുനിൽക്കുന്നു.
ഒരു പാട്ട്
തുടർച്ചയായ ദുരന്തങ്ങൾ സൃഷ്ടിക്കാൻ
എനിക്കുചുറ്റും നന്നേ ചെറിയ
വസ്തുക്കളെയും വഹിക്കുന്നു.

ഭാവനയിവിടെ വിശപ്പുള്ള
ഒരു കച്ചവടക്കാരനെപോലെയാണ്.
ഇണക്കത്തോടെ
പൊടിപടലങ്ങൾക്കുമീതെ അത്
ചുറ്റിക്കറങ്ങുന്നു,
ഉടനെ, ജൂലിയറ്റ് സീസറിന്റെ ആഘോഷവേളയിൽ
സംഭവിക്കാനിരിക്കുന്നതിൽ
എനിക്കൊരു പങ്കുമില്ലാത്ത പോലെ...

ഞാനും എന്റെ പ്രിയതമയും
ഒരേ മേഘത്തിൽ നിന്നും
ആനന്ദത്തിന്റെ തീർത്ഥം കുടിക്കുന്നു,
പിന്നെ ഞങ്ങളൊരുമിച്ച്
ഒരേ പാത്രത്തിലേക്ക്
ഇറങ്ങുകയും ചെയ്യുന്നു.

* * *

തുറമുഖത്ത് ഞാൻ നങ്കൂരമിട്ടിരിക്കുന്നു.
എന്റെ മാതാവിന്റെ തൂവാലയിവിടെ
നഷ്ടപ്പെട്ടുവെന്നല്ലാതെ
മറ്റൊരു കാരണവും അതിനില്ല.
ഇവിടെയെനിക്ക്
കെട്ടുകഥകളൊന്നുമില്ല.
ഞാൻ ദൈവങ്ങളുമായി
മാറ്റക്കച്ചവടമോ ചർച്ചയോ ചെയ്യുന്നില്ല.
എന്റെ ചുമലിൽ ചവിട്ടിനിന്ന്
തുത്മോസിന്റെ പുലരിക്കായി കാത്തിരിക്കുന്ന
കാവൽക്കാരുടെ പേരുകളും
ബാർലിനും കൊണ്ട്
എന്റെ ഓർമകളുടെ അറകൾ
നിറയ്ക്കാൻ ഇവിടെയെനിക്ക്
കെട്ടുകഥകളൊന്നുമില്ല.
തന്റെ തൂവാലകളുടെ ഉത്തരവാദിത്തം
എന്റെമേൽ ചുമത്തിന മാതാവിനെ മോചിപ്പിക്കാൻ

എനിക്കിവിടെ വാളോ കെട്ടുകഥകളോ
ഒന്നുമില്ല.
യാത്ര പോകുമ്പോൾ
അതിപുരാതനമായ
'അകാ'യിലെ തുറമുഖ നഗരത്തിനു
മുകളിലൂടെ മേഘങ്ങൾ
കൂട്ടംകൂട്ടമായി ഒഴുകുന്നു.

* * *

ഉടനെ മറ്റു പല കാര്യങ്ങളും സംഭവിക്കും.
ഹെൻറി, കപലാവൂനോട് കള്ളം പറയും.
വൈകാതെ ഈന്തപ്പന നിരകൾക്കു മീതെ
ചുവന്ന മേഘങ്ങളുയരും...!

അനാത്ത്*: വിവിധ ദശകളിലൂടെ

ആശയറ്റ പ്രണയിതാക്കളുടെ കണ്ണാടി പോലെ
അനാത്ത് അവളുടെ തോട്ടത്തിൽ
തൂക്കിയിട്ട ചന്ദ്രനിലേക്ക്
കവിത കൊണ്ടുള്ള ഒരു ഏണിയാൽ
നമ്മെ എത്തിപ്പിച്ചിരിക്കുന്നു.
അവളുടെ ആത്മാവിന്റെ വിജനതയിൽ
പരസ്പരം ഒരിക്കലും പൊരുത്തപ്പെടാത്ത
രണ്ടു പെണ്ണുങ്ങൾ നടക്കുന്നു.
ഒരാൾ അരുവിയിലേക്ക് വെള്ളം തിരികെ
കൊണ്ടുവരുന്നവൾ
മറ്റൊരാൾ കാട്ടിൽ തീ കത്തിക്കുന്നവൾ.
എന്നാൽ കുതിരകളോ?
അവ അഗാധമായ രണ്ട് ഗർത്തങ്ങൾക്കുമീതെ
കുറേകാലം നൃത്തം ചെയ്യട്ടെ.
ഇവിടെ മരണവും ജീവിതവുമില്ല.
ഉയരങ്ങളിലേക്ക് കയറുമ്പോഴും
നഗ്നമായി ഇറങ്ങുമ്പോഴും എന്റെ കവിത
വീർപ്പുമുട്ടലിന്റെ നുരയും
മൃഗത്തിന്റെ അലർച്ചയുമാണ്.

ഓ അനാത്ത്...
യുദ്ധത്തിലും പ്രണയത്തിലും
എനിക്ക് നിന്നെ വേണം

---

* തെക്കൻ മെസൊപ്പൊട്ടമിയയിലെ ആദ്യത്തെ നാഗരികതയായിരുന്ന സുമേറിയൻ നാഗരികതയിലെ ഒരു ദേവത.

നിന്നെ ഞാൻ സ്നേഹിക്കുന്നു
അവളുടെ വിദൂരചിത്രത്തിന് മുന്നിലൂടെ
സിറിയയുടെയും മെസപ്പൊട്ടേമിയയുടെയും
ഭൂമിയിലൂടെ സകല സൃഷ്ടികൾക്കും കടന്നുപോവാൻ
അനാത്ത് ദൂരത്തെ പുനർനിർമിക്കുന്നു
ദിക്കുകൾ ലാപിസ് ലാസുലിയുടെ ചെങ്കോലും
കന്യകയുടെ മോതിരവും കൽപിക്കുന്നു

ഓ അനാത്ത്...
പാതാളത്തിൽ വൈകരുത്
അവിടെനിന്നു പ്രകൃതിയിലേക്ക് മടങ്ങുക.
നിനക്കുശേഷം കിണറുകളും
താഴ്വാരങ്ങളും നദികളും വറ്റിവരണ്ടിരിക്കുന്നു
കണ്ണുനീർ മൺകലത്തിൽ
ബാഷ്പീകരിക്കപ്പെട്ടിരിക്കുന്നു
കാറ്റ്, വരൾച്ചയാൽ ഒരു മരത്തടിപോലെ
ഉണങ്ങിപ്പൊട്ടിയിരിക്കുന്നു
നിന്റെ അഭാവത്തിൽ
ഞങ്ങളൊരു വേലിപോലെ തകർന്നുവീണിരിക്കുന്നു
ഞങ്ങളിലെ ആഗ്രഹങ്ങൾ വറ്റിവരണ്ടിരിക്കുന്നു
പ്രാർഥനകൾ കഠിനമായിരിക്കുന്നു
നിനക്കുശേഷം ഒന്നും ജീവിക്കുന്നില്ല.
നരകത്തിലേക്കുള്ള രണ്ടു യാത്രക്കാർക്കിടയിലെ
സംഭാഷണം പോലെ ജീവിതം മരിച്ചിരിക്കുന്നു.

ഓ അനാത്ത്,
പാതാളത്തിൽ ഒരുപാട് സമയം
ചിലവഴിക്കരുത്.
ഒരുവേള നിന്റെയഭാവത്തിൽ പുതിയ ദൈവങ്ങൾ
ഞങ്ങളിൽ വന്നിറങ്ങിയേക്കാം.
ഞങ്ങൾ മരീചികയ്ക്ക് കീഴടങ്ങിയേക്കാം...
ഒരുവേള തന്ത്രശാലികളായ ഇടയന്മാർ
മറ്റൊരു ദേവതയെ കണ്ടെത്തുകയും
പുരോഹിതർ അവരിൽ
വിശ്വസിക്കുകയും ചെയ്തേക്കാം.

ഓ അനാത്ത്...
യാഥാർത്ഥ്യത്തിന്റെയും
രൂപാലങ്കാരത്തിന്റെയും ദേശത്തേക്ക്
കൻആനികളുടെ പ്രാരംഭ ദേശത്തേക്ക് മടങ്ങുക
ജെറീക്കോയിലെ ഉപേക്ഷിക്കപ്പെട്ട
ദേവാലയത്തിന്റെ കവാടത്തിലേക്ക്
മുഅ്ജിസത്തുകൾ മടങ്ങിവരാൻ
നീയും നിന്റെ മാതൃഭൂവിലേക്ക് മടങ്ങുക
അവിടെ മരണമോ ജീവിതമോ ഇല്ല.
ഉയിർത്തെഴുന്നേൽപ്പിന്റെ കവാടത്തിലെ കലാപം
കടന്നുവരുന്ന നാളെയോ വിടപറയുന്ന
ഇന്നലെയോ ഇല്ല.
ബാബിലോണിന്റെ മുക്കുമൂലകളിൽ നിന്നും
നമ്മുടെ ഈന്തപ്പനകളുടെ മുകളിലൂടെ
ഒരോർമകളും പറക്കുന്നില്ല.

ഓ അനാത്ത്...
നിന്റെ വസ്ത്രത്തിന്റെ കുടുക്കായ
ഒരു നക്ഷത്രത്തിൽ ജീവിക്കാൻ
ഒരു സ്വപ്നവും ഞങ്ങളുമായി
രാത്രിസംഭാഷണം നടത്തുന്നില്ല.
അനാത്ത് മറ്റൊരു പേരിൽ
ഗ്രീക്ക് കപ്പലുകൾക്ക് പിറകെ പറക്കുന്നു.
അവിടെ മരണമോ ജീവിതമോ ഇല്ല.
ഞാനവിടെ ജീവിക്കുകയോ
മരിക്കുകയോ ചെയ്യുന്നില്ല.
അനാത്തും
അവിടെ ജീവിക്കുകയോ
മരിക്കുകയോ ചെയ്യുന്നില്ല. ■

ഫീനിക്സ് പക്ഷിയുടെ അന്ത്യം

നാം പാടുന്ന പാട്ടുകളിൽ
ഒരു പുല്ലാങ്കുഴലുണ്ട്
നാം കത്തിക്കുന്ന പുല്ലാങ്കുഴലിൽ
തീജ്വാലകളുണ്ട്
നാം കൊതിക്കുന്ന തീജ്വാലകളിൽ ഒരു
ഫീനിക്സ് പക്ഷിയുണ്ട്
എന്നാൽ ഫീനിക്സിന്റെ
വിലാപകാവ്യത്തിൽ നിന്ന്
ഞാനെന്റെ ചാരം തിരിച്ചറിഞ്ഞതേയില്ല.

* * *

വേട്ടക്കാരന്റെ കൂടാരത്തെ
നമ്മിൽ നിന്നു മറയ്ക്കാൻ
ഒരു രാത്രിമേഘം മാത്രം മതി
അതുകൊണ്ട് ഒരു യജമാനനെപ്പോലെ
വെള്ളത്തിനുമീതെ നടക്കുക.
അവളെന്നോട് പറഞ്ഞു:
എനിക്ക് നിന്നെക്കുറിച്ചുള്ള ഓർമ്മകൾ
പേറുന്ന മരുഭൂമിയില്ല.
നിന്റെ വീടിന്റെ അവശിഷ്ടങ്ങളിൽ
നിന്നുയർന്നു വരുന്ന പനിനീർപ്പൂവിന്
ഇന്നുമുതൽ ശത്രുക്കളുമില്ല.

* * *

ഉയർന്ന പർവതത്തിനു ചുറ്റും
ഒരു മോതിരംപോലെ വെള്ളമുണ്ടായിരുന്നു.
ഒന്നാം പറുദീസയുടെ മുറ്റമായിരുന്നു തിബെര്യാസ്.
ഞാൻ പറഞ്ഞു:
പച്ചനിറമുള്ള ഈ രണ്ടു കണ്ണുകളിൽ
ലോകത്തിന്റെ ചിത്രം പൂർണമാണ്
അവൾ പറഞ്ഞു:
ഓ, എന്റെ പ്രിയപ്പെട്ട രാജകുമാരാ...
എന്റെ തടവുകാരാ...
എന്റെ വീഞ്ഞ്
നിന്റെ പാത്രത്തിൽത്തന്നെ വയ്ക്കുക.

* * *

ഞങ്ങളുടെയുള്ളിൽ എരിഞ്ഞടങ്ങിയ
രണ്ടു അപരിചിതർ
അല്പം മുന്നേ ഞങ്ങളെ കൊല്ലാൻ കൊതിച്ചവരാണ്.
ഒരിടവേളയ്ക്കുശേഷം വീണ്ടും
അതേ ആഗ്രഹത്തിലേക്ക് മടങ്ങുന്നവരാണവർ.
അവരാണ് ഞങ്ങളോട് പറയുന്നത്:
ഞങ്ങൾ ഇവിടെയുണ്ടായിരുന്ന
കാലത്തെ രണ്ട് നിഴലുകളും
യുദ്ധങ്ങളുടെ റൊട്ടിയിൽ വിളയുന്ന
ഗോതമ്പിന്റെ രണ്ടു പേരുകളാണ്.

* * *

കുരിശുയുദ്ധക്കാർ എന്നിൽ നിന്നു മടങ്ങിയപോലെ
ഇപ്പോഴൊരു മടക്കം ഞാനാഗ്രഹിക്കുന്നില്ല.
ഞാൻ രണ്ടു പക്ഷങ്ങൾക്കിടയിലെ നിശ്ശബ്ദതയാണ്.
ദൈവങ്ങളുടെ പക്ഷവും
ദൈവങ്ങളുടെ പേരുകൾ
കണ്ടെത്തിയവരുടെ പക്ഷവും.
ഞാൻ വെള്ളത്തിനു മീതെ നടന്നുനീങ്ങുന്ന നിഴലാണ്.

ഞാൻ ഒരേസമയം കാഴ്ചക്കാരനും കാഴ്ചയുമാണ്.
ഞാൻ എന്റെയും നിന്റെയും
ഉപരോധത്തിന്റെ നാട്ടിലെ
ആരാധകനും ആരാധനാലയവുമാണ്.

* * *

രണ്ട് യുദ്ധങ്ങൾക്കിടയിൽ
നീയെന്റെ പ്രിയപ്പെട്ടവനാവുക.
അവൾ പറഞ്ഞു:
ഞാനിപ്പോൾ പിതാവിന്റെ കോട്ടയിലേക്ക്
മടങ്ങാനാഗ്രനിക്കുന്നില്ല.
എന്നെ നിന്റെ മുന്തിരിത്തോപ്പിലേക്ക് കൊണ്ടുപോയി
നിന്റെ മാതാവിന്റെ അരികത്താക്കുക.
വെള്ളിപ്പാത്രങ്ങളിൽ നിന്നും
തുളസി ചാലിച്ച വെള്ളം തളിച്ച്
എന്നെ സുഗന്ധപൂരിതയാക്കുക.
എന്റെ മുടി ചീകിയൊതുക്കുക.
പിന്നെ,
പിന്നെയെന്നെ നിന്റെ നാമത്തിന്റെ തടവറയിലാക്കുക
എന്നെ സ്നേഹിച്ചു സ്നേഹിച്ച് കൊല്ലുക.
പുല്ലാങ്കുഴൽ വായിക്കാൻ എന്നെ പരിശീലിപ്പിക്കുക
എന്റെയും നിന്റെയും തീജ്വാലകളിൽ നിന്നും
ഞാനൊരു ഫീനിക്സ് പക്ഷിയെപ്പോലെ
ഉയിർത്തെഴുന്നേൽക്കാൻ എന്നെ ദഹിപ്പിക്കുക.

* * *

മത്സ്യത്തൊഴിലാളിയുടെ
കൂടാരത്തിനരികിലുള്ള
വെള്ളത്തിൽ വന്നു വീഴുംമുമ്പേ
ഫീനിക്സ് പക്ഷിയെപ്പോലെ എന്തോ ഒന്ന്
രക്തം വാർന്നൊലിച്ച് കരയുന്നുണ്ടായിരുന്നു.
നമ്മുടെ കാത്തിരിപ്പിന് എന്തർത്ഥമാണുള്ളത്? ■

ഭാഗം നാല്

അവനവനോടു സംസാരിക്കാൻ ഒരു മുറി

കവിതയുടെ നിയന്ത്രണാധികാരങ്ങൾ

എന്നെ വായിക്കാൻ പഠിപ്പിച്ചുവെന്നതല്ലാതെ
നക്ഷത്രങ്ങൾക്കിവിടെ വേറെ പങ്കൊന്നുമില്ല.
എനിക്ക് ആകാശത്ത് ഒരു ഭാഷയും
ഭൂമിയിൽ മറ്റൊരു ഭാഷയുമുണ്ട്.
യഥാർത്ഥത്തിൽ ഞാൻ ആരാണ്?

* * *

ഇവിടെ ഞാനൊരു ഉത്തരം ആഗ്രഹിക്കുന്നില്ല.
ഒരുവേള അവളുടെ ചിത്രത്തിനുമേൽ
ഒരു നക്ഷത്രം വന്നു വീണേക്കാം.
രാത്രിയിൽ ചെസ്റ്റ്നട്ട് വനം
എന്നെയുംകൊണ്ട് ആകാശഗംഗയിലേക്ക്
ഉയർന്നേക്കാം.
അവൾ പറഞ്ഞതാണ്:
നിങ്ങളിവിടെ അവശേഷിക്കും.

* * *

ഭേലെ, കവിത,
താനുദ്ദേശിക്കുന്ന എന്തും
എന്നെ പഠിപ്പിക്കാൻ അതിന് സാധിക്കും.
ജനവാതിലുകൾ മലർക്കെ തുറന്നിട്ട്
ഞാൻ പുരാണകഥകൾക്കിടയിൽ

എന്റെ വീട്ടുകാര്യങ്ങൾ നോക്കുന്നപോലെ.
കുറച്ചു നാളത്തേക്ക് എന്നെ
വിവാഹം കഴിക്കാനും അതിനാവും.

* * *

താഴെ എന്റെ പിതാവ്
ആയിരം വർഷം പഴക്കമുള്ള
ഒലീവുമരവും ചുമന്ന് നിൽക്കുന്നു.
അത് കിഴക്കോ പടിഞ്ഞാറോ അല്ല,
ഒരുവേള അദ്ദേഹം അധിനിവേശകരുമായുള്ള
പോരാട്ടത്തിനിടയിൽ
അൽപനേരം വിശ്രമിച്ചേക്കാം.
എന്നോടൊരൽപം വാത്സല്യം കാണിക്കുകയും
എനിക്ക് ലില്ലിപ്പൂക്കൾ ശേഖരിച്ചു
തരികയും ചെയ്തേക്കാം.

* * *

കവിത എന്നിൽ നിന്നും
അകന്നകന്നു പോവുന്നു.
അത് വീഞ്ഞിനെ പ്രണയിക്കുന്നവരും
ഒരു പെണ്ണിലേക്ക്
രണ്ടാമത് മടങ്ങി വരാത്തവരും
ഒന്നിനോടും ഗൃഹാതുരത്വമില്ലാത്തവരുമായ
നാവികരുടെ തുറമുഖത്തേക്ക് പ്രവേശിച്ചിരിക്കുന്നു.

* * *

മാതാവിന്റെ കാര്യത്തിലൊഴികെ
ഞാനിതുവരെ സ്നേഹത്താൽ
കൊല്ലപ്പെട്ടിട്ടില്ല.
മാതാവ് ഓരോ പൂവിതളിലും
എന്റെ മുഖം കാണുന്നു,

ആ പൂവിനു വേദനിക്കുമോയെന്ന്
സദാ ഭയപ്പെടുന്നു
എനിക്കൊരു അപകടം വന്നു ഭവിക്കും മുമ്പേ
മാതാവ് കരഞ്ഞു കരഞ്ഞ് അതിനെ അകറ്റുന്നു
ഞാനിവിടെ ഒരു പോറലുമേൽക്കാതെ
ജീവിച്ചിരിക്കാൻ
ജീവിതത്തിന്റെ ചതിക്കുഴികളിലും
കെണികളിലും പെടാതെ ഞാൻ
സുരക്ഷിതനായി മടങ്ങിയെത്താൻ
മാതാവ് കണ്ണീരൊഴുക്കുന്നു.

* * *

കവിത സ്വയം അതിനുള്ളിൽത്തന്നെ നിലകൊള്ളുന്നു
ഒരു യുവതിയുടെ മുലകളാൽ
ഇരുണ്ട രാത്രികളെ പ്രകാശിപ്പിക്കാൻ അതിനാവും.
ഒരാപ്പിളിനാൽ രണ്ടു ശരീരങ്ങളെ
പ്രകാശിപ്പിക്കാനും അതിനാവും.
എല്ലാറ്റിനുമുപരി ഒരു ഗാർഡേനിയച്ചെടിയുടെ
ആർത്തനാദത്താൽ
മാതൃരാജ്യത്തെ
അധിനിവേശകന്റെ കയ്യിൽ നിന്ന്
തിരിച്ചുപിടിക്കാനും കവിതയ്ക്കാവും.

* * *

കവിത എന്റെ കൺമുന്നിലുണ്ട്.
പുരാണകഥകളെ സ്വയം നിയന്ത്രിക്കാൻ അതിനാവും.
എന്നാൽ ഞാൻ കവിതയെ കണ്ടെത്തിയ അന്നുമുതൽ
മനസ്സിന്റെ ഏകാഗ്രത നഷ്ടപ്പെട്ട് അതിനോട്
ചോദിക്കുന്നു:
'ഞാൻ ആരാണ്?'
'ഞാൻ ആരാണ്?' ■

ജയിലറയിലെ പ്രതിധ്വനികൾ

പ്രതിധ്വനിയിൽ വിശാലമായ ഒരു തെരുവ്
ഒളിഞ്ഞിരിക്കുന്നു.
കാൽപ്പാടുകൾ ചുമയുടെ ശബ്ദത്തെ
പരസ്പരം കൈമാറുന്നു.
അത് പതിയെ സെല്ലിന്റെ
വാതിലിനടുത്തേക്ക് വരികയും
അകന്നുപോവുകയും ചെയ്യുന്നു.
സന്ദർശകർക്ക് അനുവാദമുള്ള വ്യാഴാഴ്ച
നാളെ ഞങ്ങളെ കാണാൻ ചിലരെങ്കിലുമുണ്ടാവും.

ഇരുണ്ട ജയിൽ വരാന്തയിൽ
ഞങ്ങളുടെ നിഴലുകളുണ്ട്.
പഴക്കൊട്ടയിൽ ഞങ്ങൾക്ക് സൂര്യനുണ്ട്
മിച്ചം വന്ന കാപ്പി ചെടിയിലൊഴിക്കുന്നതിന്
ഞങ്ങളുടെ ജയിലറെ സദാ കുറ്റപ്പെടുത്തുന്ന
മാതാവുണ്ട്.

അവിടെ കടലിൽ നിന്ന്
ഉപ്പുകാറ്റ് വീശുന്നു,
ഉപ്പുകാറ്റിൽ നിന്ന് കടലും.
പതിയെപ്പതിയെ
പ്രാവിന്റെ ശബ്ദം കേൾക്കാൻ
എന്റെ സെൽ ഒരു സെന്റീമീറ്റർ സ്വയം വികസിച്ചിരിക്കുന്നു.
ഞാൻ പ്രാവിനോട് പറയുന്നു:
നീ അലപ്പോയിലേക്കു പറക്കുക...

എന്റെ സഹോദരനോട്
എന്റെ സലാം പറയുക
പ്രതിധ്വനിയിൽ ഒരു ഇരുമ്പുഗോവണിയുണ്ട്.
സുതാര്യമായ മഞ്ഞുപുതച്ച ഗോവണി.
അതിലൂടെ ചിലർ പ്രതീക്ഷയുടെ പുലരിയിലേക്ക്
കയറിപ്പോവുന്നു.
മറ്റുചിലർ വിദൂരതയുടെ സുഷിരങ്ങളിലൂടെ
അവരുടെ കുഴിമാടങ്ങളിലേക്ക് ഇറങ്ങിപ്പോവുന്നു.
എന്നെ നിങ്ങളുടെ കൂടെ
എന്റെ ഭാഷയിലേക്ക് കൊണ്ടുപോകൂ.

ഞാൻ പറയുന്നു:
കവിതയുടെ വരികളിൽ
ആളുകൾക്കെന്ത് പ്രയോജനമാണുള്ളത്?
പ്രതിധ്വനികളിൽ എന്റെ സെൽ
പതിയെപ്പതിയെ ഒരു ബാൽക്കണിപോലെ
പിന്നെയും വികസിക്കുന്നു.
എന്നെ യാത്രയാക്കാൻ
തീവണ്ടിജാലകത്തിനരികെവരെ
അനുഗമിച്ച പെൺകുട്ടിയുടെ
വസ്ത്രം പോലൊരു ബാൽക്കണി.

അവൾ പറയുന്നു: എന്റെ പിതാവ്
നിന്നെ ഇഷ്ടപ്പെടുന്നില്ല.
എന്നാൽ മാതാവിന് ഇഷ്ടമാണ്.
വ്യാഴാഴ്ച പുലർക്കാലത്ത് എന്നെ കാത്തിരിക്കരുത്
സാന്ദ്രത എനിക്കിഷ്ടമല്ല,
കാരണം, അതിന്റെ തടവറകളിൽ
ആശയങ്ങളുടെ അനക്കം ഒളിച്ചിരിക്കുന്നു.
ഒപ്പം അതിന്റെ കാടുകളെ ഓർമിപ്പിക്കുന്ന
ശരീരമായി എന്നെ ഉപേക്ഷിച്ചിരിക്കുന്നു.
എന്റെ സെല്ലുപോലെ
പ്രതിധ്വനിക്കുമൊരു മുറിയുണ്ട്.

അവനവനോടു സംസാരിക്കാൻ ഒരു മുറി.
എന്റെ സെൽ എന്റെ പ്രതിച്ഛായയയാണ്.
എന്റെകൂടെ രാവിലെ കാപ്പി പങ്കിടാൻ
അവിടെ ആരെയും ഞാൻ കണ്ടില്ല.
വൈകുന്നേരത്തെ
എന്റെ ഏകാന്തത പങ്കിടാൻ
ഒരു ഇരിപ്പിടവും ഞാൻ കണ്ടില്ല.
യുദ്ധങ്ങളിൽ കുതിരകൾ
ഞാൻ എന്താവണമെന്ന് ആഗ്രഹിക്കുന്നുവോ
ഞാൻ അതാവട്ടെ
ഒന്നുകിൽ രാജകുമാരൻ
അല്ലെങ്കിൽ തടവുകാരൻ
അല്ലെങ്കിൽ...
മരണം.

ഇപ്പോഴെന്റെ സെൽ
രണ്ടു നഗരങ്ങളോളം വികസിച്ചിരിക്കുന്നു
കൂടെ ഈ പ്രതിധ്വനിയും
ശരീരത്തിൽ നിന്ന് പ്രേതം അന്തസ്സോടെ
യജമാനനെപ്പോലെ പുറത്തുകടക്കുംപോലെ
ഈ നാലു ചുമരുകൾക്കുള്ളിൽ നിന്നും
ഞാൻ പുറത്തുകടക്കും.
പിന്നെ ഞാൻ അലപ്പോയിലേക്ക് നടക്കും.

ഓ, മാടപ്രാവേ...
നീ പറന്നുചെന്ന് എന്റെ സഹോദരനോട്
എന്റെ സലാം പറയുക... ■

ആകാശത്തു നിന്ന് മറ്റൊരാകാശത്തേക്ക് സ്വപ്നജീവികൾ കടന്നുപോവുന്നു

ഞങ്ങൾ ഞങ്ങളുടെ ബാല്യത്തെ
പൂമ്പാറ്റയ്ക്ക് വിട്ടുകൊടുത്തു.
എല്ലാമുപേക്ഷിച്ചു പോരുമ്പോൾ
കൽപ്പടവുകളിൽ അല്പം എണ്ണയുമുപേക്ഷിച്ചു.
എന്നാൽ ചുറ്റുമുള്ള
കർപ്പൂരത്തുളസികൾക്ക്
അഭിവാദ്യമാർപ്പിക്കാൻ ഞങ്ങൾ മറന്നുപോയി.
ഭാവിയോട് പെട്ടെന്നൊരു സലാം പറയാനും
ഞങ്ങൾ മറന്നുപോയി.
നമുക്കുചുറ്റും ചിത്രശലഭങ്ങളുടെ
സാന്നിധ്യമില്ലായിരുന്നെങ്കിൽ
ഉച്ചതിരിഞ്ഞ് അന്തരീക്ഷത്തിനു
നിറം മങ്ങുമായിരുന്നു.

* * *

ഓ ചിത്രശലഭമേ,
സ്വന്തം ആത്മാവിന്റെ തന്നെ സഹോദരീ
എന്റെ ഗൃഹാതുരത്വത്തിനു മുമ്പും പിമ്പും
നീ ആഗ്രഹിക്കും പോലെ നീയായിട്ടിരിക്കുക
എന്നാലും എന്റെ ഭ്രാന്ത് എന്നോടൊപ്പം
വീര്യം കുറയാതെ നിലനിൽക്കാൻ
നീയെന്നെ നിന്റെ ചിറകുകളുടെ തോഴനാക്കുക.

ഓ ചിത്രശലഭമേ...
സ്വന്തം ആത്മാവിന്റെ തന്നെ മാതാവേ...

ശില്പികൾ എനിക്കായി ശവപ്പെട്ടിയുണ്ടാക്കിയാലും
നീയെന്നെ ഉപേക്ഷിക്കരുത്
നീയെന്നെ ഉപേക്ഷിക്കരുത്.

* * *

ആകാശത്തുനിന്ന് മറ്റൊരാകാശത്തേക്ക്
സ്വപ്നജീവികൾ കടന്നുപോവുന്നു.
വെള്ളത്തിന്റെ കണ്ണാടിയുമേന്തി
ചിത്രശലഭങ്ങളുടെ ഒരു പരിവാരം
ആകാശത്തുനിന്ന് മറ്റൊരാകാശത്തേക്ക്
സ്വപ്നജീവികൾ കടന്നുപോവുന്നതെങ്ങനെയാണോ
അങ്ങനെ നമുക്കും കടന്നുപോവാം.

* * *

ഒരു ചിത്രശലഭം പ്രകാശത്തിന്റെ സൂചികൊണ്ട്
അതിന്റെ തമാശയുടെ അലങ്കാരം തുന്നുന്നു
ഒരു ചിത്രശലഭം സ്വയം ജനിക്കുന്നു.
അതിന്റെ ദുരന്തത്തിന്റെ തീയിൽ
നൃത്തം ചെയ്യുന്നു.

* * *

പകുതി ഒരു ഫീനിക്സ് പക്ഷി.
അതിനെ സ്പർശിച്ചതെന്തോ
അത് നമ്മെയും സ്പർശിച്ചു.
രണ്ടു വഴികൾക്കിടയിൽ
വെളിച്ചത്തിനും തീയിനുമിടയിലുള്ള
ഒരു രൂപം.
അത് നമ്മുടെ ബുദ്ധിശൂന്യതയോ
നമ്മുടെ പ്രണയത്തിന്റെ
തത്ത്വജ്ഞാനമോ അല്ല

ഇതുപോലെ
ഇതുപോലെയാണ് ആകാശത്തുനിന്ന്
മറ്റൊരാകാശത്തേക്ക്
സ്വപ്നജീവികൾ കടന്നുപോവുക.

* * *

ഒരു ചിത്രശലഭം പറക്കാൻ കൊതിക്കുന്നു.
അത് യുവതികളുടെ
വിയർപ്പിൽ നിന്ന് രക്ഷപ്പെട്ട്
ഓർമകളുടെ മേഘങ്ങളിൽ വളരുന്നു.
കവിത പറയുന്നതൊന്നും ചിത്രശലഭം പറയുന്നില്ല.
അത്രമേൽ ലോലമായതിനാൽ
സ്വപ്നം കാണുന്നവരെ
സ്വപ്നം തന്നെ തകർക്കുന്ന പോലെ
അത് വാക്കുകളെ തകർക്കുന്നു.

നമ്മുടെ ഭാവി നമ്മോടൊപ്പം സന്നിഹിതമാവട്ടെ
നമ്മുടെ ഭൂതകാലം നമ്മോടൊപ്പം സന്നിഹിതമാവട്ടെ
ആകാശത്തുനിന്ന് മറ്റൊരാകാശത്തേക്ക്
സ്വപ്നജീവികൾക്ക് സുരക്ഷിതരായി കടന്നുപോവാൻ
ശലഭങ്ങളുടെ ആഘോഷത്തിന്
തയ്യാറാക്കപ്പെട്ട ഈ പകലിൽ നമ്മുടെ ദിനവും
സന്നിഹിതമാവട്ടെ
ആകാശത്തുനിന്ന് മറ്റൊരാകാശത്തേക്ക്
സ്വപ്നജീവികൾ കടന്നുപോവുന്നു. ■

ഒരു യാത്രികൻ മറ്റൊരാളോട് പറയുന്നു: ഞാൻ പോയതുപോലെ മടങ്ങിവരില്ല

എനിക്ക് മരുഭൂമിയെ പരിചയമില്ല.
എങ്കിലും ഞാനതിന്റെ ഓരങ്ങളിൽ
വാക്കുകളെ വളർത്തി.
വാക്കുകൾ അതിന്റെ
വർത്തമാനം പറഞ്ഞു.
ഞാനൊരു വിവാഹമോചിതനെപ്പോലെ തുടർന്നു.
ഞാനവളുടെ ഭർത്താവിനെപ്പോലെ തുടർന്നു.
ഞാനതിന്റെ താളം മാത്രം ഹൃദിസ്ഥമാക്കി.
ഞാനതു കേട്ട്, അതിനെ പിന്തുടർന്ന്
ആകാശത്തേക്കുള്ള വഴിയിൽ ഒരു പ്രാവിനെപോലെ
എന്റെ പാട്ടിന്റെ ആകാശത്തേക്ക് ഉയർന്നു പറന്നു.

ഞാൻ സിറിയൻ തീരപ്രദേശത്തിന്റെ പുത്രൻ.
ഞാനവിടെ ഒരു യാത്രികനായോ
സ്ഥിരതാമസക്കാരനായോ ജീവിക്കുന്നു.
പക്ഷേ മരുഭൂമിയിലെ മരീചിക എന്നെ
പുരാതന ബദവികളിലേക്ക് ആകർഷിക്കുന്നു
ഞാൻ സുന്ദരന്മാരായ കുതിരകളെ
അവയുടെ ജലാശയങ്ങളിലേക്ക്
കൊണ്ടുപോകുന്നു.
മരുഭൂമിയുടെ പ്രതിധ്വനിയിൽ
അറബ് അക്ഷരമാലയുടെ സ്പന്ദനം
എനിക്ക് അനുഭവപ്പെടുന്നു
രണ്ടു വശങ്ങളിൽ ഒരു ജാലകവുമായി
ഞാൻ മടങ്ങുന്നു

യുദ്ധം ചെയ്യുന്ന പോരാളികൾക്ക്
അവരുടെ പ്രിയപ്പെട്ടവരിലേക്കുള്ള
'നാം പോയപോലെ മടങ്ങി വരില്ല...'
എന്ന് ആവർത്തിച്ചെഴുതിയ
കത്തായി മാറാനും
എന്റെ ജാലകങ്ങൾക്കു താഴെ
അപരിചിതരായ നാവികരുടെ പ്രശംസയ്ക്ക്
സമകാലികനാവാനും
ഞാൻ ആരാണെന്ന് സ്വയം അറിയാനും
ഞാൻ മറന്നുപോവുന്നു

മരുഭൂമിയുടെ ആകർഷണീയത
ഞാനെത്ര തവണ കണ്ടുവെന്നതിൽ പ്രസക്തിയില്ല.
മരുഭൂമിയിൽ ഒരു അശരീരിയെന്നോട്
പറയുന്നു: എഴുതുക
ഞാൻ പറയുന്നു:
മരീചികയിൽ മറ്റൊരെഴുത്തുണ്ട്
മരീചിക പച്ചപ്പുള്ളതാവാനായി എഴുതുക.
ഞാൻ ഇതുവരെ വാക്കുകൾ പഠിച്ചിട്ടില്ല
പഠിക്കാൻ വേണ്ടി എഴുതൂ...

നീ എവിടെയായിരുന്നുവെന്നും
ഇപ്പോഴെവിടെയെന്നും
എങ്ങനെ വന്നുവെന്നും
നാളെ നീയാരാവുമെന്നും നിനക്കറിയാം.
ഞാനാരാണെന്നറിയാൻ
നിന്റെ പേര് എന്റെ കയ്യിൽ വെച്ചെഴുതൂ.
പിന്നെ, മേഘത്തെപ്പോലെ
വിദൂരതയിലേക്കു പോകൂ.

ഞാൻ എഴുതുന്നു:
അവന്റെ കഥയെഴുതുന്നവൻ
വാക്കുകളുടെ ഭൂമി സ്വന്തമാക്കുന്നു
ആശയത്തെ പൂർണമായും സ്വന്തമാക്കുന്നു
മരുഭൂമിയെ എനിക്കറിയില്ല.

എങ്കിലും ഞാനതിനോട് വിടപറയുന്നു:
എന്റെ പാട്ടിന്റെ കിഴക്കുള്ള ഗോത്രത്തിനു സലാം
വാളിന്റെ ആധിക്യത്തിൽ വംശപരമ്പരയ്ക്ക് സലാം
എന്റെ സഹോദരന് അവന്റെ
ഈന്തപ്പനച്ചോട്ടിൽ സലാം

ഞങ്ങളുടെ നക്ഷത്രങ്ങൾ മനപ്പാഠമാക്കിയ
മുഅല്ലഖകൾക്ക്* സലാം

എന്റെ ഓർമയിലേക്ക് ഒരോർമയായി
കടന്നുപോവുന്നവർക്ക് സലാം

രണ്ടു കവിതകൾക്കിടയിൽ എനിക്ക് സലാം
ഒന്ന് ഞാനെഴുതിയ കവിത.
പ്രണയത്താൽ കവി കൊല്ലപ്പെട്ട മറ്റൊന്നും. ■

*മുഅല്ലഖകളുടെ പ്രാസം

ഞാനാരാണെന്ന ചോദ്യത്തിന്റെ
ഉത്തരത്തിലേക്ക് ആരുമെനിക്ക്
വഴികാട്ടിയായില്ല.
മരുഭൂമിക്കും സമുദ്രത്തിനുമിടയിൽ
എന്നിലേക്കുള്ള വഴികാട്ടി ഞാൻ തന്നെ.

ഇന്ത്യയിലേക്കുള്ള പാതയിൽ
പുരാതന മതങ്ങളുടെ ചന്ദ്രനും
ഒരിക്കലും സാധ്യമാവാത്ത സമാധാനവുമുള്ള
രണ്ടു കൊച്ചുഗോത്രങ്ങൾക്കിടയിലാണ്
എന്റെ ജന്മം.

അറബ് കൂടാരത്തിനുമേലെയുള്ള
അപകർഷതാബോധത്തിന്റെ
ഭാരമേറിയ കാലത്തെ മാറ്റാൻ
പേർഷ്യൻ സാമീപ്യത്തെയും
റോമൻ അഭിനിവേശത്തെയും
സംരക്ഷിക്കേണ്ട ബാധ്യത അവയ്ക്കു രണ്ടിനുമുണ്ട്.

ഇന്ത്യൻ, പേർഷ്യൻ, റോമൻ, അറബി...

ഞാൻ ആരാണ്?
എന്റെ സ്വത്വമെന്താണ്?

---

* പൂർവ്വ ഇസ്‌ലാമിക കാലഘട്ടത്തിലെ അതിപ്രശസ്തവും കാവ്യമൂല്യം പരിഗണിച്ച് കഅ്ബയുടെ ചുമരുകളിൽ തൂക്കിയിടുകയും ചെയ്തിരുന്ന ഏഴു കാവ്യങ്ങൾ.

മറ്റുള്ളവർ ഉന്നയിക്കുന്ന
ഉത്തരമില്ലാത്ത ചോദ്യമിതാണ്.
ഞാൻ എന്റെ ഭാഷ തന്നെയാണ്
ഞാൻ ഒരു മുഅല്ലഖയാണ്
രണ്ട് മുഅല്ലഖയാണ്
പത്ത് മുഅല്ലഖയാണ്...
ഇതാണെന്റെ ഭാഷ
എന്റെ ഭാഷ തന്നെയാണ് ഞാൻ.
ഞാനെന്നാൽ ഞാൻ പറഞ്ഞ
വാക്കുകൾ തന്നെയാണ്:
എന്റെ ശരീരമാവൂ
എനിക്ക് ശരീരത്തെ ഉരച്ചുമിനുക്കിയെടുക്കേണ്ടതുണ്ട്
ഈ മരുഭൂമിയുടെ അനശ്വരതയുടെയും
എന്റെ ശരീരത്തിന്റെയും
സംഗമസ്ഥാനമാകൂ...

എന്നെ വഹിക്കാൻ പോന്ന ഒരു മണ്ണും
ഈ ഭൂമിക്കുമീതെയില്ല.
എന്റെ വാക്കുകൾ എന്നിൽനിന്ന്
ഒരു പക്ഷിയെപ്പോലെ കൊണ്ടുപോവുന്നു.
അത് എന്റെ അവശിഷ്ടങ്ങളിൽ നിന്നും
തന്റെ യാത്രയുടെ കൂട് സ്വയം നിർമ്മിക്കുന്നു.

എനിക്ക് ചുറ്റുമുള്ള
ഈ മായികലോകത്തിന്റെ
അവശിഷ്ടങ്ങളിൽ നിന്നും
ഒരു കാറ്റിനോടൊപ്പം ഞാൻ നിന്നു
എന്നാൽ ഈ രാത്രി എന്റെമേൽ നീണ്ടുകിടക്കുന്നു
പ്രിയപ്പെട്ടവരുടെ കഴുത്തിൽ തൂക്കിയിട്ട
നക്ഷത്രമാലപോലെ
ഇതാണെന്റെ ഭാഷ...

അവർ കുടിയേറി
സ്വദേശവും കൊണ്ട് അവർ കുടിയേറി
കാലത്തെയും കൊണ്ട് അവർ കുടിയേറി
അവർ മൺപാത്രങ്ങളുടെയും മേച്ചിൽപ്പുറങ്ങളുടെയും
ഗന്ധവും കൂടെക്കൂട്ടി.

അവർ ധൈര്യം പകരുന്ന വാക്കുകളെ കൂടെക്കൂട്ടി,
എന്നാൽ അവരോടൊപ്പം കുടിയേറിയത്
ജീവനറ്റ ഹൃദയങ്ങളാണ്.

ഈ വെളുത്ത ശബ്ദമരീചിക
പ്രതിധ്വനിയെ ഉൾക്കൊള്ളാൻ മാത്രം വിശാലമാവുമോ.?
തുറന്ന ഒരു ജാലകത്തിലൂടെ
ആകാശം എന്റെമേൽ നോക്കുമ്പോൾ
ഞാൻ എന്നെയല്ലാതെ മറ്റാരെയും
അതിൽ കാണുന്നില്ല.

ജാലകത്തിനു പുറത്ത്
എന്റെ ആത്മാവ് എന്റെ കൂടെ
ഉള്ളതുപോലെ ഞാൻ കണ്ടു.
എന്റെ ദർശനങ്ങൾ
മരുഭൂമിയിൽ നിന്നും
കാറ്റിൽ നിന്നും
എന്റെ കാൽപ്പാടുകളിലെ
മണലിൽ നിന്നും വിദൂരമല്ല.
എന്റെ ശരീരവും ഞാൻ നേടിയവയുമാണ്
എന്റെ ലോകം...

യാത്രികനും വഴിയും ഞാൻ തന്നെ.
ദൈവങ്ങൾ എന്നിലേക്ക് എത്തിനോക്കി
കടന്നുപോകുന്നു.
സംഭവിക്കാനിരിക്കുന്ന കാര്യങ്ങളെപ്പറ്റി
നാം ദീർഘമായി സംസാരിക്കുകയില്ല.
ഈ മരുഭൂമിയിൽ നാം
ഇന്നലെ കണ്ടതല്ലാതെ
നാളെയെന്നൊന്നില്ല.
ആവർത്തിക്കപ്പെടുന്ന ഈ
കാലത്തെ തകർത്ത്
മനോഹരമായ ഒരു കാലം പിറക്കാൻ
ഞാൻ എന്റെ മുഅല്ലഖയെ ഉയർത്തിപ്പിടിക്കണം
കഴിഞ്ഞുപോയ ഇന്നലെകളിലേക്കാൾ
വരാനിരിക്കുന്ന ഭാവിയിൽ സംഭവിക്കും.

കുടിയേറ്റം എന്നെ
ആരാധനാലയങ്ങളിൽ നിന്ന് ഒഴിപ്പിച്ചു.
ആകാശത്തിന് അതിന്റെ ആളുകളും
യുദ്ധങ്ങളുമുണ്ട്.
എന്നാൽ എനിക്ക് കൂട്ടായി
ഒരു മാൻപേട മാത്രം.
എനിക്ക് മണലാരണ്യത്തിന്റെ പുസ്തകത്തിൽ
തൂക്കിയിട്ട ഈന്തപ്പനകളുണ്ട്.
എന്നോട് ശത്രുതയുള്ള കാലത്തിനുമേൽ
എന്റെ ഭാഷ വിജയിക്കട്ടെ
എന്റെ വംശപരമ്പരകൾക്കുമേൽ
എന്റെ പിതാവിനുമേൽ
ഒരിക്കലും മാറാത്ത മാറ്റത്തിനുമേൽ
എന്റെ ഭാഷ വിജയിക്കട്ടെ...

ഇതാണെന്റെ ഭാഷ
എന്റെ അമാനുഷികത
എന്റെ മാന്ത്രികവടി
എന്റെ ബാബിലോണിയൻ തോട്ടങ്ങളും
സ്മാരകസ്തൂപങ്ങളും
എന്റെ ആദ്യ സ്വത്വം
എന്റെ തേച്ചുമിനുക്കിയ ലോഹം
പിന്നെ മരുഭൂമിയിലെ അറബിയുടെ
പവിത്രഗേഹം പോലുള്ള കവിത
തന്റെ മേൽക്കുപ്പായത്തിൽ
നക്ഷത്രങ്ങൾ പോലെ ഒഴുകുന്ന പ്രാസങ്ങളെ
അവൻ ആരാധിക്കുന്നു
അവൻ കവിതയെ ആരാധിക്കുന്നു.

എന്നാൽ,
പ്രവാചകൻ എല്ലാറ്റിനും മേൽ
അന്തിമ വിജയം നേടണമെങ്കിൽ
കവിതയ്ക്കുമപ്പുറം
ദൈവികമായ ഗദ്യം
അനിവാര്യമാണ്...! ■

കുരുവി

തിളക്കമുള്ള ഈ സായംസന്ധ്യ എന്നെ
പ്രകാശമാനമായ സ്ഫടികത്തിന്റെ
മൃദുലതയിലേക്കു ക്ഷണിക്കുന്നു.
ഓ കുരുവീ...
ഞാൻ നിന്നെപ്പറ്റി
ഒരുപാട് സ്വപ്നമൊന്നും കണ്ടിട്ടില്ല.
ഒരു ചിറകും മറ്റൊരു ചിറകിനെപ്പറ്റി
സ്വപ്നം കണ്ടിട്ടില്ല.
നമ്മൾ രണ്ടുപേരും അസ്വസ്ഥരാണ്.

* * *

എനിക്കില്ലാത്ത പലതും നിനക്കുണ്ട്
നിന്റെ പെണ്ണിന്റെ നിറം നീലയാണ്
കാറ്റിലേക്ക് കാറ്റിന്റെ തിരിച്ചുവരാവാണ്
നിന്റെ അഭയം
അതിനാൽ നീ വട്ടമിട്ടു പറക്കുക,
ആത്മാവിനു ദാഹിച്ചപോലെ നീ പറക്കുക.
നിന്റെ തൂവലുകൾ നെയ്യുന്ന
പകലുകൾക്കായി അഭിനന്ദനത്തിന്റെ ചിറകടിക്കുക
എന്നെ ഉപേക്ഷിക്കാൻ തോന്നുന്നുവെങ്കിൽ ഉപേക്ഷിക്കുക.
കാരണം, എന്റെ ചുറ്റുപാട്
എന്റെ സംഭാഷണം പോലെ ഇടുങ്ങിയതാണ്.

* * *

മച്ചിൻപുറം അവന്
സ്ഥിരം ഒരു അതിഥിയെപ്പോലെ
പരിചിതമാണ്.
മുറ്റത്ത് മുത്തശ്ശിയെപ്പോലെ ഇരിക്കുന്ന
തുളസിത്തടം അവന് പരിചിതമാണ്.
വെള്ളവും റൊട്ടിയും എവിടെയാണെന്നും
എലിക്കെണി എവിടെയാണെന്നും അവനറിയാം.
ഒരു പെണ്ണിന്റെ തട്ടം പോലെ ചിറകുകളിളക്കി
അവൻ പറന്നുപോവുന്നു.

* * *

എന്നെപ്പോലെ പെട്ടെന്ന്
മനസ്സുമാറുന്ന ഒരാൾക്ക്
ഈ ആഘോഷം ഹൃദയത്തെ മുറിവേൽപ്പിക്കുകയും
അതിനെ വൈക്കോലിലേക്ക്
വലിച്ചെറിയുകയും ചെയ്യുന്നു.
വെള്ളിപ്പാത്രങ്ങളിൽ ഒരു ദിവസം
മാത്രമാവശേഷിക്കുന്ന തുടിപ്പുകളില്ലേ?

ഓ കുരുവീ...
എന്റെ കത്തുപെട്ടി എല്ലാ
വിനോദങ്ങളിൽ നിന്നും ശൂന്യമാണ്.
എന്റെ ദേശമെത്ര ഇടുങ്ങിയതായാലും
എന്റെ ചക്രവാളമെത്ര വിശാലമായാലും
നീ വരുമെന്ന പ്രതീക്ഷയുണ്ട്.

* * *

നിന്റെ ചിറകുകൾ എന്നിൽ നിന്ന്
എന്താണ് സ്വീകരിക്കുന്നത്?
പിരിമുറുക്കം
നിന്റെ തൂവലുകൾ സ്വതന്ത്രമാവാൻ
ഒരു തരി ഗോതമ്പു വേണം.

എന്റെ കണ്ണാടി നിന്നിൽനിന്ന് എന്താണ്
സ്വീകരിക്കുന്നത്?
എന്റെ ആത്മാവിന് വിശാലമായ ഒരാകാശം
ഉണ്ടായേ മതിയാവൂ.

* * *

ഞാനും നീയും സ്വതന്ത്രരാണ്
നമ്മൾ രണ്ടും ഇല്ലാത്ത ഒന്നിനെ
പ്രണയിക്കുന്നു
എനിക്ക് മുകളിലേക്ക് കയറാൻ
നീ താഴേക്കു വരൂ
എനിക്ക് താഴേക്കു വരാൻ
നീ മുകളിലേക്കു കയറൂ

ഓ എന്റെ പ്രിയപ്പെട്ട കുരുവീ...
എനിക്കു നീ വെളിച്ചത്തിന്റെ മണി തരൂ...
കാലം വസിക്കുന്ന വീട് നിനക്ക് ഞാനും തരാം...
ആകാശത്തിനും ആകാശത്തിനുമിടയിൽ
നമ്മൾ രണ്ടും പരസ്പരപൂരകങ്ങളായി മാറുന്നു. ■

ഭാഗം അഞ്ച്

ദേവാലയ ഗോപുരത്തിനു മുകളിലെ മഴ

ഹെലൻ, എന്തൊരു മഴ...

ചൊവ്വാഴ്ച മൂന്നു മണിക്ക്
ഞാൻ ഹെലനെ കണ്ടുമുട്ടി.
അവസാനിക്കാത്ത വിരസതയുടെ നേരത്ത്.
പക്ഷേ, മഴയുടെ താളവും
ഹെലനെപ്പോലൊരു
പെണ്ണിന്റെ ശബ്ദവും ചേരുമ്പോൾ
ഒരു യാത്രാഗീതം പോലെയാവുന്നു.

* * *

മഴ, എന്തൊരു ഗൃഹാതുരത്വമാണ്
ആകാശത്തിന് അതിനോടുള്ള
ഗൃഹാതുരത്വം
മഴ, എന്തൊരു ഞരക്കമാണ്
സ്വന്തം വർഗത്തിനെതിരെ
ചെന്നായ്ക്കളുടെ ഞരക്കം.

* * *

വരൾച്ചയുടെ മേൽക്കൂരയിൽ
മഴ പെയ്യുന്നു.
ദേവാലയങ്ങളിലെ ബിംബങ്ങളിൽ
സ്വർണലേപനം ചെയ്യപ്പെട്ട വരൾച്ച
ഭൂമി എന്നിൽനിന്ന് എത്ര അകലെയാണ്?

സ്നേഹം നിന്നിൽ നിന്ന് എത്ര അകലെയാണ്?
റൊട്ടി വിൽപ്പനക്കാരിയായ ഹെലനോട്
അവളുടെ കാലുറപോലെ
ഇടുങ്ങിയ വഴിയിൽ വച്ച്
അപരിചിതൻ പറയുന്നത് ഒരേയൊരു വാക്കാണ്
'മഴ!'

* * *

മരങ്ങൾക്കുവേണ്ടി വിശക്കുന്ന മഴ
കല്ലിനുവേണ്ടി വിശക്കുന്ന മഴ
റൊട്ടി വിൽപ്പനക്കാരിയോട്
അപരിചിതൻ പറയുന്നു:
ഹെലൻ... ഹെലൻ...
ഹോമറിന്റെ സംസാരങ്ങൾ പകർത്താൻ
വിദൂരദേശത്തെ ഒരു ബാൽക്കണിയിലേക്ക്
നിന്നിൽനിന്നും റൊട്ടിയുടെ ഗന്ധമുയരുന്നുണ്ടോ?
ഒരു കവിതയിലെ ഉണങ്ങിയ മരത്തിലേക്ക്
നിന്റെ ചുമലുകളിൽ നിന്ന്
വെള്ളം കയറിപ്പോവുന്നുണ്ടോ?

* * *

അവൾ അവനോട് പറയുന്നു:
ഹാ, എന്തൊരു മഴ, എന്തൊരു മഴ

* * *

അപരിചിതൻ ഹെലനോട് പറയുന്നു:
വെള്ളത്തിലെ പ്രതിബിംബത്തിലേക്ക്
സൂക്ഷിച്ചുനോക്കാൻ
എനിക്ക് നാർസിസസിനെ
നഷ്ടമായിരിക്കുന്നു.

ഓ ഹെലൻ,
ഞങ്ങളുടെ സ്വപ്നങ്ങളുടെ
വെള്ളത്തിലേക്ക് സൂക്ഷിച്ചുനോക്കുക
ഹെലൻ... ഹെലൻ...
ഞങ്ങളെ ചന്ദ്രനെപ്പോലെ
ഉപേക്ഷിക്കരുതേ എന്ന്
നിന്റെ പേര് വിളിച്ചു പാടുന്ന
ശവങ്ങളെ നിന്റെ രണ്ടു തീരങ്ങളിലും
നിനക്ക് കാണാം...

* * *

എന്തൊരു മഴ
എന്തൊരു മഴ...

* * *

അപരിചിതൻ ഹെലനോട് പറയുന്നു:
ഞാൻ നിങ്ങളുടെ കിടങ്ങിൽ
യുദ്ധം ചെയ്യുകയായിരുന്നു
എന്നാൽ നീയെന്റെ
ഏഷ്യൻ രക്തത്തിൽ നിന്ന് വിട്ടുനിന്നില്ല
നിന്റെ പനിനീർപ്പൂവിന്റെ സിരകളിലെ
മറഞ്ഞ രക്തത്തിൽ നിന്നും
നീ വിട്ടുനിൽക്കുകയുമില്ല
ഹെലൻ...
അന്നത്തെ ഗ്രീക്കുകാർ എത്ര ക്രൂരർ
യാത്രചെയ്യാൻ ഇഷ്ടപ്പെടുകയും
യാത്രയ്ക്കിടയിൽ തന്റെ പുരാണം
അന്വേഷിക്കുകയും ചെയ്ത യുലിസസ്
എത്ര വന്യനായിരുന്നു.

* * *

മറ്റുള്ളവരോട്
പറയാത്ത വാക്കുകളെല്ലാം
അവളോട് ഞാൻ പറഞ്ഞു.
ഞാൻ പറഞ്ഞ വാക്കുകൾ
ഹെലനോട് പറഞ്ഞില്ല
പക്ഷേ അപരിചിതൻ പറയാത്തത്
എന്താണെന്ന് ഹെലനറിയാം.
മഴയിൽ ഇല്ലാതാവുന്ന ഒരു സുഗന്ധത്തോട്
അപരിചിതൻ എന്താണ് പറയുന്നതെന്ന്
അവൾക്കറിയാം.
അവൾ അവനോട് പറയുന്നു:
ട്രോജൻ യുദ്ധം നടന്നിട്ടില്ല.
ഒരിക്കലും ഒരിക്കലും നടന്നിട്ടില്ല
എന്തൊരു മഴ
എന്തൊരു മഴ... ■

ശരീരം കവിഞ്ഞൊഴുകുന്ന രാത്രി

ജൂലൈ രാത്രിയിലെ മുല്ലപ്പൂ
അറ്റമില്ലാത്ത ഒരു തെരുവിൽ
പരസ്പരം കണ്ടുമുട്ടുന്ന
രണ്ട് അപരിചിതർക്കുള്ള ഗാനം പോലെയാണ്
അവൻ ചോദിക്കുന്നു:
നിന്റെ രണ്ടു ബദാം കണ്ണുകൾക്കുശേഷം
ഞാനാരാണ്?
അവൾ ചോദിക്കുന്നു:
എന്നിലെ നിന്റെ പ്രവാസത്തിനുശേഷം
ഞാനാരാണ്?
എങ്കിൽ,
പുരാതന സമുദ്രത്തിലെ ഉപ്പ്
ശരീരത്തിൽ കലക്കരുത്.

അവൾ അവന്റെയും അവൻ അവളുടെയും
ശരീരത്തെ ചൂടുപിടിപ്പിക്കുകയായിരുന്നു
അങ്ങനെ,
രണ്ടു അപരിചിതരായ കമിതാക്കളും
അവരുടെ അടിവസ്ത്രങ്ങൾ
പൂക്കളുടെ ചിത്രങ്ങളുള്ള മെത്തവിരിയിൽ
അഴിച്ചിട്ട പോലെ
അവരുടെ പ്രണയത്തെയും
അലങ്കോലമായി ഉപേക്ഷിച്ചു.

"നിങ്ങളെന്നെ ആത്മാർത്ഥമായി
സ്നേഹിക്കുന്നുവെങ്കിൽ

എനിക്കായ് ഒരു ഗാനം രചിക്കുക
ബാബിലോണിയൻ തോട്ടങ്ങളിലെ
മാതളനാരകത്തിന്റെ തടിയിൽ
എന്റെ പേര് കൊത്തിവയ്ക്കുക."

"നീയെന്നെ ആത്മാർത്ഥമായി
സ്നേഹിക്കുന്നുവെങ്കിൽ
എന്റെ സ്വപ്നങ്ങൾ സാക്ഷാത്കരിച്ചു തരിക."

പിന്നെ മേരിയുടെ പുത്രനോട് പറയുക:
നീ സ്വയം സഹിച്ച പോലെ
ഞങ്ങളെങ്ങനെ സഹിക്കാനാണ്?
കർത്താവേ,
നാളെ നീതിമാന്മാരായിരിക്കാൻ പോന്ന
നീതി ഞങ്ങളുടെ കൈവശമുണ്ടോ?

നാളെ മുല്ലപ്പൂകൊണ്ട് ഞാനെങ്ങനെ
സുഖപ്പെടാനാണ്?'
അവന്റെ മുറിയുടെ മേൽക്കൂരയിൽ
നിലാവ് തിളങ്ങുമ്പോഴും
അവർ സ്വയം മങ്ങുന്നു.
അവൾ പറയും:
"എന്റെ സ്തനങ്ങളുണ്ടായിരിക്കെ
നീ സങ്കടപ്പെടരുത്."
അവൻ പറയും:
"നിന്റെ സ്തനങ്ങൾ രാത്രിയെ പ്രകാശിപ്പിക്കുന്നവയും
എന്നെ ചുംബിക്കുന്നവയുമാണ്
സ്വന്തം കോപ്പയിൽ നിന്നും
കവിഞ്ഞൊഴുകുന്ന രാത്രിയിൽ
ഞാനും ദേശവും നിറയുന്നു."

അവന്റെ വർണ്ണന കേട്ട് അവൾ ചിരിക്കും.
"പ്രിയനേ...
ഞാനൊരു ആണായിരുന്നെങ്കിൽ
നിന്നെപ്പോലെയാവുമായിരുന്നു..."

"പ്രിയേ...
ഞാനൊരു പെണ്ണായിരുന്നെങ്കിൽ
നിന്നെപ്പോലെയാവുമായിരുന്നു..."
വീഞ്ഞിന്റെ നിറമുള്ള ആകാശത്തു നിന്നും
മടങ്ങുമ്പോൾ പതിവുപോലെ അവൾ കരയും:

"വില്ലോ മരമച്ചില്ലയിൽ
നീലനിറമുള്ള പക്ഷി ഇരിക്കാത്ത ഒരു ദേശത്തേക്ക്
എന്നെ കൊണ്ടുപോകൂ..."

അവളിലേക്കു തന്നെയുള്ള
സുദീർഘമായ യാത്രയിൽ
തന്റെ നിബിഡമായ വനം താണ്ടിക്കടക്കാൻ
അവൾ കരയുന്നു.
ഞാൻ ആരാണ്?
എന്റെ ശരീരത്തിൽ നിന്റെ പ്രവാസത്തിനുശേഷം
ഞാൻ ആരാണ്?
എന്നിൽ നിന്നും നിന്നിൽ നിന്നും
പിന്നെ എന്റെ ദേശത്തുനിന്നുമുള്ള പ്രവാസം.

നിന്റെ രണ്ടു ബദാം കണ്ണുകൾക്കു ശേഷം
ഞാൻ ആരാണ്?
എനിക്കെന്റെ ഭാവിയെ കാണിച്ചുതരൂ.
അങ്ങനെ
ജൂലൈ രാത്രികളിലെ സുഗന്ധം പോലെ
രണ്ടു കമിതാക്കളും വിടപറയുന്നു.

പിന്നീട്,
എല്ലാ ജൂലൈമാസങ്ങളിലും
മുല്ലപ്പൂഗന്ധമെന്നെ
അറ്റമില്ലാത്ത ഒരു തെരുവിലേക്ക്
കൊണ്ടുപോകുന്നു.

എന്നിട്ടുമിപ്പോഴും ഞാനെന്റെ
പഴയ പാട്ട് പാടിക്കൊണ്ടേയിരിക്കുന്നു:
"എന്റെ ജൂലൈ രാത്രിയിലെ മുല്ലപ്പൂ..." ■

ഒരു നാടോടിക്ക്

നീ മൾബറി മരത്തിൽ
വായുവിനെ രോഗിയാക്കി
വിട്ടേച്ചു പോവുന്നു
ഞാനാണെങ്കിൽ ശ്വസിക്കാൻ
കടലിലേക്ക് നടക്കും.
നീയെന്തിനാണ് ഞങ്ങളോട്
അങ്ങനെ ചെയ്തത്?
ലില്ലിപ്പൂക്കളുടെ തെരുവിൽ താമസിച്ചു
നിനക്ക് മടുത്തോ നാടോടിപ്പെണ്ണേ?

* * *

നിനക്ക് വംശപരമ്പരകളുടെ
സ്വർണവും രക്തവും വേണമെങ്കിൽ
പക്ഷികൾ നിങ്ങളിലേക്ക് വന്നിറങ്ങുന്ന
പ്രപഞ്ചത്തിന്റെ ബിംബങ്ങളിൽ
നിങ്ങളുടെ ചെരുപ്പിന്റെ
ഉപ്പൂറ്റി കൊണ്ട് ചവിട്ടുക.
അവിടെ മാലാഖമാരും
പരിശീലനം ലഭിച്ച ആകാശവുമുണ്ട്.
ആകയാൽ നീ നിനക്ക് ഇഷ്ടമുള്ളത് ചെയ്യൂ.
ഒരു പാക്കുവെട്ടി പോലെ ഹൃദയങ്ങളിൽ മുട്ടുക
കുതിരകളുടെ രക്തം പുറത്തുവരട്ടെ.

* * *

നിന്റെ കവിതയ്ക്ക് രാജ്യമില്ല
കാറ്റിനു വീടില്ല.
നിന്റെ നെഞ്ചിലെ നക്ഷത്രങ്ങളിൽ
എനിക്ക് മേൽക്കൂരയില്ല.
നിന്റെ രാത്രിയെയോർത്ത് ചിരിച്ചുകൊണ്ട്
ഞാൻ രോമങ്ങളുടെ പാതയിലൂടെ
ഒറ്റയ്ക്ക് നടക്കുന്നു.
നീ നിന്റെ തന്നെ സ്വയം സൃഷ്ടിയാണ് നാടോടിപ്പെണ്ണേ...
ആ വർഷം മുതൽ ഞങ്ങളുടെ
കളിമണ്ണുകൊണ്ട്
നിങ്ങളെന്താണ് ചെയ്തത്?

* * *

ചൂടുള്ള പാന്റ് ധരിക്കുന്ന പോലെ
നീ തിടുക്കത്തിൽ സ്ഥലങ്ങളെ ധരിക്കുന്നു.
യാത്രയ്ക്കുള്ള ഉപകരണങ്ങൾ ഒരുക്കുക എന്നതല്ലാതെ
ഭൂമിക്ക് നിന്റെ കാര്യത്തിൽ ഒരു ജോലിയുമില്ല.
വെള്ളത്തിനു കാൽത്തളകൾ
കാറ്റിനു ഗിറ്റാർ
ഇന്ത്യയെ കൂടുതൽ അകറ്റാൻ പുല്ലാങ്കുഴൽ
ഓ, നാടോടിപ്പെണ്ണേ
സൈന്യം അതിന്റെ സങ്കടകരമായ അടയാളങ്ങൾ
ഉപേക്ഷിക്കുന്നപോലെ ഞങ്ങളെ വിട്ടേച്ചു പോവരുത്.

* * *

മീവൽപക്ഷികളുടെ നാട്ടിൽ
നീ ഞങ്ങളിൽ വന്നിറങ്ങിയപ്പോൾ
ഞങ്ങൾ എളിമയോടെ
അനന്തതയിലേക്കുള്ള വാതിലുകൾ തുറന്നു
നിന്റെ കൂടാരങ്ങൾ നാടോടികൾക്ക് ഗിറ്റാറു പോലെയാണ്.
സൂര്യാസ്തമയംവരേക്കും
നിന്റെ കാലുകളിൽ രക്തം വരുവോളവും
ഞങ്ങൾ എഴുന്നേറ്റ് നൃത്തം ചെയ്യുന്നു.

നിന്റെ കൂടാരങ്ങൾ
പഴയ അധിനിവേശകരുടെ ഗിറ്റാറാണ്
അത് സ്ഥലങ്ങളുടെ
ഇതിഹാസം സൃഷ്ടിക്കാൻ
ഒഴുകിനടക്കുന്നു.

* * *

ഓരോ തവണ നീ തന്ത്രികൾ മീട്ടുമ്പോഴും
അതിന്റെ ഭ്രാന്ത് ഞങ്ങളെ തൊടുന്നു
ഞങ്ങൾ മറ്റൊരു കാലത്തേക്ക്
നീങ്ങുകയും ചെയ്തു
ഞങ്ങൾ ഞങ്ങളുടെ ജാറുകൾ
ഓരോന്നായി പൊട്ടിച്ചു; അതിന്റെ താളം
ഞങ്ങളുടെ കൂടെയുണ്ടാവാൻ
ഞങ്ങൾ നോവലുകളിലെ പോലെ
നല്ലവരോ മോശക്കാരോ അല്ല
ഞങ്ങളുടെ വിധികൾ അതിന്റെ
പത്തു വിരലുകളിൽ സഞ്ചരിക്കുന്നു.

* * *

നമ്മുടെ ഉറക്കത്തിൽ നിന്നും
പ്രാവുകൾ കൊണ്ടുപോയ മേഘം
നാളെ തിരികെ വരുമോ?

ഇല്ല...

അവർ പറയുന്നു:
ഒരു നാടോടി ഒരിക്കലും മടങ്ങി വരില്ല.
ഒരു നാടോടി ഒരു രാജ്യവും
രണ്ടുതവണ മുറിച്ചുകടക്കില്ല...
ഈ ദേശത്തെ കുതിരകളെ
അതിന്റെ കൂട്ടത്തിലേക്ക് ആരാണ് ചേർക്കുക?
അവൾക്കുശേഷം
ഈ ദേശത്തെ വെള്ളി
ആര് പ്രകാശിപ്പിക്കും? ■

ഒരു സ്പാനിഷ് ഗിറ്റാറിലെ ആദ്യ പരിശീലനങ്ങൾ

രണ്ട് ഗിറ്റാറുകൾ...
അവ പരസ്പരം
സ്കാഫുകൾ കൈമാറുകയും
ഞങ്ങളുടെ വാതിൽക്കൽ വച്ച്
ഞങ്ങളുടെ അസാന്നിധ്യത്തിന്റെ മാർബിൾ
പട്ടുകൊണ്ട് മുറിക്കുകയും ചെയ്യുന്നു.
ഒപ്പം ഓക്കുമരം നൃത്തം ചെയ്യുന്നു.

രണ്ട് ഗിറ്റാറുകൾ...
നീലിമയുടെ അനശ്വരത
നമ്മെ വഹിക്കുന്നു.
നിന്റെ സമീപത്തുള്ള കടലിൽ
രണ്ടു മേഘങ്ങൾ വന്നു വീഴുന്നു.
പിന്നെ രണ്ടു തിരമാലകൾ
ഗോവണികൾ കയറിപ്പോകുന്നു.
മുകളിൽ നിന്റെ കാൽപ്പാടുകൾ നക്കുകയും
എന്റെ രക്തത്തിലെ കടൽത്തീരത്തെ
ഉപ്പിനെ ജ്വലിപ്പിക്കുകയും ചെയ്യുന്നു.
പിന്നെ പർപ്പിൾ നിറമുള്ള മേഘങ്ങളിലേക്ക്
പലായനം ചെയ്യുന്നു.

രണ്ട് ഗിറ്റാറുകൾ...
വെള്ളവും ഉരുളൻകല്ലുകളും കരയുന്നു.
കുങ്കുമവും കാറ്റും കരയുന്നു:
"നമ്മുടെ നാളെ ഇനി മടങ്ങിവരില്ല..."

ഒരു വീണ തന്ത്രിയിൽ തൊട്ട
കുതിരയുടെ ഉന്മാദത്തിനു പിറകിൽ
ഒരു നിഴൽ കരയുന്നു.
വിദൂരതയും അഗാധമായ ഗർത്തവും
തമ്മിലുള്ള അകലം
അവന് ഇടുങ്ങിയതായി മാറിയിരിക്കുന്നു.
അതിനാലവൻ അധികാരത്തിന്റെ വില്ല്
തിരഞ്ഞെടുത്തിരിക്കുന്നു.

രണ്ട് ഗിറ്റാറുകൾ...
ഇരുണ്ട നിറക്കാരിക്കുള്ള വെളുത്ത പാട്ട്
ഈജിപ്ഷ്യൻ, ഹിറ്റെയ്റ്റ്
എന്നീ രണ്ടു സൈന്യങ്ങൾക്കുമീതെ
അവളുടെ കൂടാരം കടന്നുപോവുന്നു
ദേശത്തിന്റെ അവശിഷ്ടങ്ങൾക്കുമീതെ
അവളുടെ അലങ്കാരത്തിന്റെ
വർണാഭമായ പുകയുയരുന്നു.

രണ്ട് ഗിറ്റാറുകൾ...
കാലത്തിന്റെ അന്തലുസോ സമർഖന്തോ
നിന്നിൽ നിന്ന് ഒന്നും എടുത്തുകളയുന്നില്ല
നഹാവന്തിന്റെ കാൽപാടുകളൊഴികെ.
അതൊരു മാൻപേടയാണ്
അത് തന്റെ ശവസംസ്കാര-
ച്ചടങ്ങിനുമുന്നേ ജമന്തിപ്പൂവിന്റെ
കാറ്റിൽ പറന്നുപോയി.
ഓ പ്രണയമേ... രോഗികളേ... മതി.
എന്റെ കുതിരപ്പുറത്ത് നിന്റെ ശവകുടീരം
ഇനിയും മറന്നുപോവരുത്.
ഞങ്ങളിവിടെ രണ്ട് ഗിറ്റാറുകൾ
ബലികഴിക്കും.

രണ്ട് ഗിറ്റാറുകൾ...
രണ്ട് ഗിറ്റാറുകൾ... ■

പ്രണയത്തിന്റെ ഏഴു ദിനങ്ങൾ

ചൊവ്വ: ഒരു ഫീനിക്സ് പക്ഷിയാണ്

വാക്കുകളിലൂടെ ഒരുമാത്ര
വെറുതെ കടന്നുപോയാൽ മാത്രം മതി
ഫീനിക്സ് പക്ഷിക്ക് നമ്മിൽ
അതിന്റെ രൂപം കണ്ടെത്താനും
അതിന്റെ ആത്മാവിൽ നിന്ന്
ജന്മംകൊണ്ട ഒരു ശരീരത്തിന്
ജന്മം നൽകാനും.

സ്വയം കത്തിയെരിയാൻ
ഓരോ ആത്മാവിനും ഒരു ശരീരം വേണം.
അത് അനശ്വരതയിൽ നിന്ന്
മറച്ചുവച്ചതിനെ വെളിപ്പെടുത്താനും
ഒരു ശരീരമുണ്ടാവണം
ഓ ഫീനിക്സ് പക്ഷീ...
നമുക്ക് സ്വയം കത്തിയെരിയാം.
മറ്റൊന്നിനും വേണ്ടിയല്ല,
നമുക്ക് ഒന്നിക്കാൻ
നാം ഒരുപോലെയാവാൻ...

ബുധൻ: ഒരു നാർസിസസാണ്

ഇരുപത്തഞ്ചു വയസ്സുള്ള സ്ത്രീ.
അവൾ ആഗ്രഹിച്ച പോലെ
ഈ ഭൂമിയിൽ ജനിച്ചു.

വെള്ളത്തിൽ അവളെപ്പോലെ
വേറെ ഒരാളുണ്ടെന്ന ഭാവത്തിൽ
അവൾ തന്റെ പ്രതിച്ഛായയ്ക്കു ചുറ്റും നടക്കുന്നു.
ഗോപുരത്തിനു മുകളിലൂടെ ചാടാൻ
എനിക്ക് അല്പം സ്നേഹക്കുറവുണ്ട്.
അവന്റെ കവിതയിലൂടെ ഒരു അപരിചിതൻ
കടന്നുപോകുംപോലെ
അവർക്കിടയിൽ ഒരു മിന്നൽപ്പിണർ കടന്നുപോവാൻ
അവൾ തന്റെ നിഴലിൽ നിന്നും മാറിനിൽക്കുന്നു.

വ്യാഴം: ഒരു രചനയാണ്

എന്റെയുള്ളിലും പുറത്തും
ഞാനെന്നെ സ്വയം കണ്ടെത്തിയിരിക്കുന്നു.
നീയാണ് അവയ്ക്കിടയിലെ കണ്ണാടി
ഭൂമി ഇടയ്ക്കിടെ നിന്നെ സന്ദർശിക്കാനെത്തുന്നത്
അതിന്റെ സൗന്ദര്യത്താലും
സ്വപനത്തിനു കാരണമായതിലേക്ക്
കയറിപ്പോവാനുമാണ്
എന്നെ സംബന്ധിച്ച്
വെള്ളത്തിനരികിൽ നീയിന്നലെ എന്നെ
ഭൂമിയെന്നും ആകാശമെന്നും വിഭജിച്ച്
വിട്ടേച്ചുപോയി എന്ന് കരുതാനാവും
പക്ഷേ അവരിപ്പോഴെവിടെ?

വെള്ളി: മറ്റൊരു ശൈത്യകാലമാണ്

നീ ദൂരേയ്ക്കു പോവുന്നുവെങ്കിൽ
നിന്റെ ഓർമയായോ
മറ്റാരുടെയെങ്കിലും ഓർമയായോ
എന്റെ സ്വപ്നത്തെ തൂക്കിയിടുക
വീണ്ടുമൊരു ശൈത്യകാലം വരും
രണ്ടു പ്രാവുകൾ കസേരയിൽ
വന്നിരിക്കുന്നത് ഞാൻ കാണും

പിന്നെ തേങ്ങയിൽ ഞാനെന്താണ് ചെയ്തതെന്നും
ഞാൻ കാണും
എന്റെ ഭാഷയിൽ നിന്നും
മറ്റൊരു പരവതാനിയിലേക്ക് പാലൊഴുകുന്നു

* * *

നിങ്ങൾ പോകുന്നുണ്ടെങ്കിൽ
ശൈത്യകാലത്തെ കൂടെ കൊണ്ടുവരൂ...

ശനി: മാടപ്രാവുകളുടെ വിവാഹദിനമാണ്

ഞാൻ എന്റെ ശരീരത്തിലേക്ക് ശ്രദ്ധിക്കുന്നു.
തേനീച്ചകൾക്ക് ദൈവങ്ങളുണ്ട്
കുതിരകളുടെ ചിനയ്ക്കലിന്
എണ്ണമറ്റ യജമാനത്തികളുണ്ട്
ഞാൻ മേഘവും നീ ഭൂമിയുമാണ്
അനശ്വരമായ ആഗ്രഹത്തിന്റെ ഞരക്കം
വേലിയിൽ ചാരിവയ്ക്കുന്നു
ഞാനെന്റെ ശരീരത്തിലേക്ക് ശ്രദ്ധിക്കുന്നു
മരണത്തിന് ഫലമുണ്ട്
ജീവിതത്തിന് ഒരിക്കലും
പുതുക്കാനാവാത്ത ജീവിതമുണ്ട്
ഒരു ശരീരത്തിലൊഴികെ,
അത് അതിലേക്കുതന്നെ ശ്രദ്ധ കൊടുക്കുന്നു.

ഞായർ: നഹാവന്തിന്റെ മഖാം

അവൻ നിന്നെ സ്നേഹിക്കുന്നു
ഒരു മേഘം പോലെ അവനിലേക്കടുക്കൂ
ജനാലയ്ക്കരികിൽ നിന്ന്
എന്നോട് ആക്രോശിക്കുന്ന അപരിചിതന്റെ
അടുത്തേക്ക് വരൂ
ഞാൻ അവളെ സ്നേഹിക്കുന്നു.

ഒരു നക്ഷത്രംപോലെ താഴെക്കിറങ്ങി വരിക.
യാത്രികൻ അവന്റെ യാത്ര തുടരാൻ
അവന്റെ മേൽ വന്നിറങ്ങുക.
ഞാൻ നിന്നെ സ്നേഹിക്കുന്നു.
നീ ഇരുട്ടുപോലെ പടരുക.
കാമുകന്റെ ചുവന്ന പനിനീർപ്പൂവിൽ പടരുക.

തിങ്കൾ: ഒരു സ്പാനിഷ് കവിതയാണ്.

എന്റെ ദമസ്കസ് സ്പെയിനിലൂടെ
കടന്നുപോകും പോലെ
തനിച്ചാവുമ്പോൾ ഞാൻ
നിന്റെ പേരിലൂടെ കടന്നുപോവുന്നു

ഇവിടെ
എന്റെ രക്തത്തിന്റെ ഉപ്പുരസത്തിനാൽ
നിനക്കായി ഈ നാരങ്ങ ജ്വലിച്ചു നിൽക്കുന്നു

ഞാൻ നിന്റെ പേരിലൂടെ കടന്നുപോവുന്നു
ഞാൻ കാവൽക്കാരിൽ അവസാനത്തെ
ആളെന്നപോലെ
തന്റെ അഭിനിവേശങ്ങളിലൂടെ
കടന്നുപോവുന്ന
ഒരു കവിയെന്ന പോലെ
ഒരു സൈന്യമോ രാഷ്ട്രമോ
എന്നെ ഉപരോധിക്കുന്നില്ല. ■

ഭാഗം ആറ്

അവർ തിരശ്ശീല താഴ്ത്തിയിരിക്കുന്നു

സൈനികകോടതിക്കു മുന്നിൽ *ബെർടോൾഡ് ബ്രെഹ്ത്തിന്റെ സാക്ഷ്യം (1967)

യുവറോണർ...
ഞാൻ ഒരു പട്ടാളക്കാരനല്ല
പിന്നെ നിങ്ങളിപ്പോൾ എന്നോട്
എന്താണ് ആവശ്യപ്പെടുന്നത്?
കോടതി പറയുന്ന സംഗതിയുമായി
എനിക്ക് ഒരു ബന്ധവുമില്ല.
എന്നിൽനിന്ന് ഒരു വാക്കുപോലും
കേൾക്കാൻ കൂട്ടാക്കാതെ
ഭൂതകാലം ഇന്നലെകളിലേക്ക്
അതിവേഗം പോയ്മറഞ്ഞിരിക്കുന്നു.
യുദ്ധം വിശ്രമത്തിനായി
കോഫീ ഷോപ്പിലേക്ക് പോയിരിക്കുന്നു.
നിങ്ങളുടെ പൈലറ്റുമാർ
സുരക്ഷിതരായി മടങ്ങിയിരുന്നു.
എന്നാൽ എന്റെ ഭാഷയിലെ
ആകാശം പൊട്ടിപ്പിളർന്നിരിക്കുന്നു.

യുവറോണർ...
ഇതെന്റെ വ്യക്തിപരമായ കാര്യമാണ്
നിങ്ങളുടെ പ്രജകൾ എന്റെ ആകാശത്തെ
അവരുടെ പിന്നിലേക്ക് സന്തോഷത്തോടെ
വലിച്ചിഴയ്ക്കുന്നു.

* വിഖ്യാതനായ ജർമ്മൻ നാടകകൃത്തും സംവിധായകനും കവിയും ആണ് ബെർടോൾഡ് ബ്രെഹ്ത്.

അവരെന്റെ ഹൃദയത്തോട്
ആവശ്യങ്ങൾ ഉന്നയിക്കുന്നു.
അവർ പഴത്തൊലികൾ
കിണറിലേക്ക് വലിച്ചെറിയുന്നു.
അവർ എന്റെ മുന്നിലൂടെ
അതിവേഗം കടന്നുപോവുന്നു.
ഇടയ്ക്ക് അവരെന്നോട്
ഗുഡ് ഈവനിംഗ് പറയുന്നു.
വളരെ ശാന്തരായി അവർ എന്റെ
വീട്ടുമുറ്റത്തേക്ക് വന്ന്
എന്റെ നിദ്രാമേഘത്തിൽ
സുരക്ഷിതരായി ഉറങ്ങുന്നു.
എന്റെ അഭാവത്തിൽ അവർ
ഞാൻ പറയുന്ന അതേപോലെ
എന്റെ ജാലകത്തോടും
മുല്ലപ്പൂ മണം പരത്തുന്ന
വേനൽക്കാലത്തോടും പറയുന്നു.
എനിക്കു പകരം അവർ
എന്റെ അതേ സ്വപ്നം ആവർത്തിക്കുന്നു.
അത്തിക്കും ഒലീവിനും വേണ്ടി
ഞാൻ പാടിയപോലെ
ഗൃഹാതുരമായ വേദസങ്കീർത്തനത്തിന്റെ
കണ്ണുകളാൽ അവർ പാടുന്നു
എന്റെ അഭാവത്തിൽ എന്റെ ജീവിതം
അവർ അവർക്കിഷ്ടമുള്ള പോലെ
ജീവിക്കുന്നു.
എന്റെ പേരിൽ ജാഗ്രതയോടെ
അവർ നടക്കുന്നു.

യുവറോണർ...
ഞാനിവിടെ ഭൂതകാലത്തിന്റെ മുറിയിൽ
തടവുകാരനാണ്
യുദ്ധമാവസാനിച്ചിരിക്കുന്നു
നിങ്ങളുടെ സൈനികർ
സുരക്ഷിതരായി മടങ്ങിയിരിക്കുന്നു

മുന്തിരിവള്ളികൾ എന്റെ ഭാഷയിൽ
പടർന്നു പന്തലിച്ചിരിക്കുന്നു
യുവറോണർ...
ഇതെന്റെ വ്യക്തിപരമായ കാര്യമാണ്
ഈ ജയിൽമുറി എന്റെ ഉടലിലേക്ക് ഇറുകുന്നുവെങ്കിൽ
ഭൂമി എനിക്കായി വികസിക്കും
എന്നാൽ നിങ്ങളുടെ പ്രജകൾ
കോപാകുലരായി
എന്റെ വാക്കുകൾ മനസ്സിലാക്കുന്നു.
അവർ ആഹാബിനോടും ഇസബെലിനോടും
വിളിച്ചു പറയുന്നു:
ഉണരൂ...
നാബോത്തിന്റെ വിലയേറിയ തോട്ടം
അവകാശമായി എടുക്കൂ...
അവർ പറയുന്നു:
ദൈവവും ദൈവത്തിന്റെ ഭൂമിയും
നമുക്കുള്ളതാണ്
മാറ്റാരുടെയുമല്ല...

യുവറോണർ...
മരണത്തെ മുഖാമുഖം കാണുന്ന
തന്റെ ഇരകളോട് പ്രശംസ ആവശ്യപ്പെടുന്ന
ആരാച്ചാരുടെ ദേശത്തിലൂടെ കടന്നുപോവുന്ന
വഴിയാത്രക്കാരനായ ഒരുവനോട്
നിങ്ങൾ എന്താണ് ആവശ്യപ്പെടുന്നത്?
ഞാനിപ്പോൾ ഉറക്കെ നിലവിളിച്ച്
എന്റെ ശബ്ദത്തിൽ നിന്ന്
വാക്കിന്റെ മുഖംമൂടി ഉപേക്ഷിക്കേണ്ട
സമയമായിരിക്കുന്നു.
ഇതൊരു തടവറയാണ് യുവറോണർ,
കോടതിയല്ല...
ഞാനാണ് സാക്ഷിയും ന്യായാധിപനും
നിങ്ങൾ കുറ്റാരോപിതനും
അതിനാൽ കസേരയുപേക്ഷിച്ച് പോവുക

നിങ്ങൾ സ്വതന്ത്രനാണ്
നിങ്ങൾ സ്വതന്ത്രനാണ്
ഓ തടവിലാക്കപ്പെട്ട ന്യായാധിപാ
നിങ്ങളുടെ പൈലറ്റുമാർ
സുരക്ഷിതരായി മടങ്ങിയിരിക്കുന്നു
എന്റെ ആദ്യഭാഷയിൽ ആകാശം
പൊട്ടിപ്പിളർന്നിരിക്കുന്നു.
(ഇതെന്റെ വ്യക്തിപരമായ കാര്യമാണ്)
നമ്മുടെ രക്തസാക്ഷികൾ സുരക്ഷിതരായി
നമ്മിലേക്ക് മടങ്ങിവരാൻ വേണ്ടിയാവാം അത്. ■

ഇംറുൽ ഖൈസിനോട്
ഭാഷാപരമല്ലാത്ത ഒരു വിയോജിപ്പ്

അവർ തിരശ്ശീല താഴ്ത്തിയിരിക്കുന്നു.
അപൂർണരായി മറ്റുള്ളവരിലേക്ക് മടങ്ങാൻ
ഞങ്ങൾക്ക് ഇടം നൽകിക്കൊണ്ട്
അവർ തിരശ്ശീല താഴ്ത്തിയിരിക്കുന്നു.
പുഞ്ചിരിതൂകി ഞങ്ങൾ
തിയേറ്റർ സ്ക്രീനിലേക്ക് കയറിച്ചെന്നു.
ഞങ്ങൾക്കായി മുൻകൂട്ടി തയ്യാറാക്കിവച്ച
സംഭാഷണങ്ങളാൽ ഞങ്ങൾ
സ്വയം മെച്ചപ്പെടുത്തി,
രക്തസാക്ഷികളുടെ അവസാനത്തെ
അവസരത്തെയോർത്തു ഖേദിക്കുന്നവരായി
ശേഷം ഇരുവശത്തുമുള്ള കാൽനടയാത്രക്കാർക്ക്
ഞങ്ങളുടെ പേരുകൾ കൈമാറി
ഭാവിലേക്ക് അപൂർണരായി ഞങ്ങൾ മടങ്ങുന്നു.

* * *

അവർ തിരശ്ശീല താഴ്ത്തിയിരിക്കുന്നു.
അവർ നമ്മുടെ ഭൂതകാലത്തിലൂടെ കടന്നുപോവുകയും
അതിനെ പൂർണമായും കീഴ്പ്പെടുത്തുകയും
ചെയ്തിരിക്കുന്നു.
പെട്ടെന്നു വായിൽ തോന്നിയത്
പറഞ്ഞതിന്റെ പേരിൽ ക്ഷമാപണം നടത്തിയപ്പോൾ

അവർ ഇരകൾക്ക് പൊറുത്തുകൊടുത്തു.
സമയമണി മാറ്റിക്കൊണ്ട് അവർ വിജയിച്ചു.

* * *

അവർ ഞങ്ങളെ അവസാനത്തെതിന്
തൊട്ട് മുമ്പത്തെ അധ്യായത്തിലേക്ക്
കൊണ്ടുവന്നപ്പോൾ ഞങ്ങൾ തിരിഞ്ഞുനോക്കി:
ഞങ്ങളുടെ മറുവശത്തെ തോട്ടങ്ങളിൽ
പുക വെളുത്തു പൊങ്ങിക്കൊണ്ടിരുന്നു
ജീർണിച്ച പദാവലിയെ ഓർത്ത്
പശ്ചാത്തപിക്കുന്നവർക്കായുള്ള
സീസറിന്റെ സന്ദേശത്തിനുചുറ്റും
മയിൽ, അതിന്റെ നിറങ്ങളുടെ പങ്ക വിടർത്തുന്നു
ഉദാഹരണത്തിന്: ഇനിയും റൊട്ടി കണ്ടെത്താത്ത
സ്വാതന്ത്ര്യത്തിന്റെ വിവരണം
അല്ലെങ്കിൽ സ്വാതന്ത്ര്യത്തിന്റെ
ഉപ്പുരസമില്ലാത്ത
റൊട്ടിയുടെ വിവരണം
അതുമല്ലെങ്കിൽ അങ്ങാടിയിൽ നിന്ന്
ബഹുദൂരം പറന്നുയരുന്ന പ്രാവിന്റെ പ്രശംസ
കാലത്തിന്റെ ബാൽക്കണിയിൽ നിന്നുയരുന്ന
പുകയിലേക്ക് സീസറിന്റെ
ഷാംപൈയിൻ സന്ദേശം വെളുത്തതായിരുന്നു.

* * *

അവർ തിരശ്ശീല താഴ്ത്തിയിരിക്കുന്നു
അവർ വിജയിച്ചിരിക്കുന്നു
നമ്മുടെ ആകാശത്തുനിന്ന്
അവർ ആഗ്രഹിച്ചത് നക്ഷത്രങ്ങളായും
നമ്മുടെ പകലുകളിൽ നിന്ന്
അവർ ആഗ്രഹിച്ചത് മേഘങ്ങളായും

അവർ ചിത്രീകരിച്ചു
സമയമണി മാറ്റി അവർ വിജയിച്ചു.

* * *

റിബ്ബണിലെ നിറങ്ങളിലേക്ക് ഞങ്ങളുടെ
കടമയിലേക്ക് ഞങ്ങൾ തിരിഞ്ഞു
എന്നാൽ വടക്ക് ഒരു നക്ഷത്രമോ
തെക്ക് ഒരു കൂടാരമോ ഞങ്ങൾ കണ്ടില്ല
ഞങ്ങൾ ഒരിക്കലും സ്വന്തം ശബ്ദത്തെ
തിരിച്ചറിഞ്ഞില്ല
വഴി മാറിയപ്പോൾ
ഹൃദയം ചിന്നിച്ചിതറിയ ഒരു ഭാഷയെ
ആശ്രയിച്ച അന്നേ ദിവസം
ഞങ്ങളുടെ രക്തം ഉച്ചഭാഷിണികളിൽ സംസാരിച്ചില്ല.
നിങ്ങൾ ഞങ്ങളോടും നിങ്ങൾ നിങ്ങളോടുതന്നെയും
എന്താണ് ചെയ്തു വച്ചത്
എന്ന് ഇംറുൽ ഖൈസിനോട് ഒരാളും പറഞ്ഞില്ല.
സമയത്തിൽ നിന്നും എത്തിനോക്കുന്ന
കറുത്ത പുകയുടെ പിന്നിൽ,
സീസറിന്റെ പാതയിലൂടെ പോവുക
സീസറിന്റെ പാതയിലൂടെ
ഒറ്റയ്ക്ക്, ഒറ്റയ്ക്ക്, ഒറ്റയ്ക്ക്
പോവുക.
നിങ്ങളുടെ ഭാഷ ഇവിടെ
ഞങ്ങൾക്ക് വിട്ടുതരിക. ■

മറ്റൊരു സമയത്തേക്കുള്ള സീക്വൻസുകൾ

അതൊരു തിരക്കുപിടിച്ച ദിവസമായിരുന്നു.
ഭൂതകാലം പൊടുന്നനെ സ്വീകരിക്കുകയും
കടന്നുപോവുകയും ചെയ്യുന്ന
വെള്ളം ഞാൻ ശ്രദ്ധിക്കുകയായിരുന്നു
താഴെ, ഞാനും എന്റെ പെരും
രണ്ടായി പിളരുന്ന കാഴ്ച ഞാൻ കണ്ടു.

* * *

സ്വപ്നം കാണാൻ എനിക്ക് ഒന്നിന്റെയും ആവശ്യമില്ല.
പ്രാവുകളുടെ ഗോപുരങ്ങൾക്കുചുറ്റും
സമയത്തെ സൗമ്യമായും
ഇണക്കമുള്ളതായും കാണാൻ
ചെറിയ ഒരു ആകാശം മാത്രം മതിയാവും.

* * *

വേട്ടക്കാരന് ഉന്നംതെറ്റിയ കൊറ്റികൾക്ക്
വാക്കുകളാൽ സുരക്ഷിതമായ
അഭയകേന്ദ്രം പണിയാൻ എനിക്ക്
മരങ്ങളോടുള്ള ദൈവത്തിന്റെ
സംഭാഷണങ്ങളിലെ ഏതാനും വാക്കുകൾ മതി.

* * *

പേരുകൾ എത്രമാത്രം ഓർക്കാൻ
എന്റെ ഓർമകൾക്ക് സാധിച്ചു
എത്ര പ്രവൃത്തികൾ ഞാൻ തെറ്റായി ഉച്ചരിച്ചിരിക്കുന്നു
എന്നാൽ മാർബിളിലെ ഈ താരകം
എന്റെ കൈകളാൽ നിർമിച്ചതാണ്.

* * *

അതൊരു തിരക്കുപിടിച്ച ദിവസമായിരുന്നു.
അന്ന് ആരും ആരോടും മാപ്പുപറഞ്ഞില്ല
ഉയരമുള്ള മരങ്ങളിൽനിന്ന് മേഘങ്ങൾ
തെരുവിൽ വന്നു വീണില്ല
വാക്കുകൾക്കു മീതെ ഒരു രക്തവും തിളങ്ങിയില്ല.

* * *

ബഹ്റൈൻ കവലയിൽ എല്ലാം ശാന്തമാണ്
ഇനിമുതൽ ദിവസങ്ങൾക്ക് ചരിത്രമില്ല
മരിച്ചവരോ ജീവിച്ചിരിക്കുന്നവരോ ഇല്ല
നമുക്ക് സന്ധിയോ യുദ്ധമോ സമാധാനം ഇല്ല.

* * *

എന്റെ ജീവിതം മറ്റെവിടെയോ ആണ്
ഒരു കഫേയെയോ
വിജനമായ രണ്ടു ജാലകങ്ങൾ തമ്മിലുള്ള
സംഭാഷണത്തെയോ
ഈ ആൾക്കൂട്ടത്തിനിടയിൽ
ച്യൂയിങ് ഗം ചവയ്ക്കുന്ന
ശരത്കാലത്തെയോ വിവരിക്കുന്നത്
അത്ര പ്രാധാന്യമുള്ള കാര്യമല്ല.

* * *

സ്വപ്നം കാണാൻ എനിക്ക്
വലിയ ഒരു വീടിന്റെ ആവശ്യമില്ല.
ആകാശത്തിനുമപ്പുറമുള്ളത് കാണാൻ
എനിക്ക് കാട്ടിലെ ചെന്നായയുടെ
ചെറിയ ഒരു ഉറക്കം മതി.

* * *

അതൊരു തിരക്കുപിടിച്ച ദിവസമായിരുന്നു.
നാളെ എന്നത്
ഒരു ചായസൽക്കാരം കഴിഞ്ഞു വരുന്ന ഭൂതകാലമാണ്
നാളെ എന്നത് ഞങ്ങളായിരുന്നു.

* * *

എല്ലാം ശാന്തമാണ്.
ടാങ്കോ നൃത്തച്ചുവടുകളുടെ
താളത്തിലേക്ക് ശ്രദ്ധിക്കാത്ത കൊല്ലന്മാരെയോ
ചരിത്രമെന്ന യജമാനനോട് ഒഴികഴിവ് പറയാതെ
ഉറങ്ങുന്ന മരിച്ചവരെയോപ്പറ്റി വിവരിക്കുന്നത്
അത്ര പ്രാധാന്യമുള്ള കാര്യമല്ല.

* * *

സ്വപ്നം കാണാൻ എനിക്ക്
ഇങ്ങനെയൊരു രാത്രിയുടെ
ആവശ്യമില്ല.
സമയത്തെ സൗമ്യമായും
ഇണക്കമുള്ളതായും
കാണാൻ, ഉറങ്ങാൻ
ചെറിയ ഒരു ആകാശം മാത്രം മതിയാവും. ■

അവൻ അകലേക്ക് നടക്കുമ്പോൾ

ഞങ്ങളുടെ കുടിലിൽ
ചായ കുടിക്കുന്ന ശത്രുവിന്
ഒരു കുതിരയുണ്ട്
കട്ടിയുള്ള പുരികങ്ങളും
തവിട്ടു നിറമുള്ള കണ്ണുകളും
തോളിൽ വീണുകിടക്കുന്ന
മനോഹരമായ ചുരുണ്ട മുടിയുള്ള
ഒരു പെൺകുട്ടിയുമുണ്ട്
ചായ ചോദിച്ച് ഞങ്ങളുടെ
അരികിൽ വരുമ്പോഴെല്ലാം
അവൾ അയാളോട് തൊട്ടുരുമ്മി നിന്നു
പക്ഷേ വൈകുന്നേരമായാൽ
അവളുടെ കാര്യത്തിൽ
ഉണ്ടായേക്കാവുന്ന ആശങ്കകളോ
കുന്നിൻമുകളിൽ
പാട്ടുകൾ അവശേഷിപ്പിച്ച
കുതിരയെക്കുറിച്ചോ
അയാൾ ഞങ്ങളോട് ഒന്നും
പങ്കുവയ്ക്കുന്നില്ല.

* * *

മുത്തച്ഛന്റെ ചാരുകസേരയിൽ
നന്നേ ലാഘവത്തോടെ

തന്റെ റൈഫിൾ ഉപേക്ഷിച്ച്
ശത്രു ഞങ്ങളുടെ കുടിലിൽ വിശ്രമിക്കും
ഒരു അതിഥിയെപ്പോലെ അവൻ
ഞങ്ങളുടെ റൊട്ടി കഴിക്കും
മുളയിൽ നിർമിച്ച ബെഞ്ചിൽ കിടന്ന്
അൽപനേരം മയങ്ങും
ഞങ്ങളുടെ പൂച്ചയുടെ രോമങ്ങളിൽ
വാത്സല്യത്തോടെ തടവും
എപ്പോഴും ഞങ്ങളോട് പറയും:
നിങ്ങൾ ഇരയെ കുറ്റപ്പെടുത്തരുത്.
ഇരയാരെന്ന് ചോദിച്ചാൽ അവൻ പറയും:
രാത്രിക്ക് ഉണക്കാൻ കഴിയാത്ത രക്തം.

* * *

സായാഹ്നസവാരിക്ക്
അവൻ അകലേക്കു നടക്കുമ്പോൾ
അവന്റെ ജാക്കറ്റിലെ കുടുക്കുകൾ തിളങ്ങും.
അവൻ പറയും:
നമ്മുടെ കിണറിനെയും അത്തിമരത്തെയും
അഭിവാദ്യം ചെയ്യണം
നമ്മുടെ ബാർളിപ്പാടത്തെ തണലിൽ
മെല്ലെ നടക്കാനിറങ്ങണം
തലയെടുപ്പോടെ ഉയർന്നുനിൽക്കുന്ന
സൈപ്രസ് മരത്തെ അഭിവാദ്യം ചെയ്യണം
രാത്രിയിൽ ഉടനീളം വീടിന്റെ വാതിൽ
മലർക്കേ തുറന്നു കിടക്കുകയാണെന്നും
യുദ്ധവിമാനങ്ങളുടെ ശബ്ദം കേട്ട്
കുതിര പേടിക്കുമെന്നതും മറന്നുപോവരുത്.

* * *

വാതിൽക്കൽ വച്ച്
ഞങ്ങൾ പറയാനിരുന്ന ഈ വാക്കുകൾ
അവന് നന്നായി കേൾക്കാമായിരുന്നു.
പൊടുന്നനെയുള്ള ഒരു കൃത്രിമച്ചുമയിൽ
അതവൻ ഒളിപ്പിക്കുന്നു
പിന്നെയെന്തിനാണ് അവൻ
എല്ലാ വൈകുന്നേരങ്ങളിലും
ഇരയെ സന്ദർശിക്കുന്നതും
ഞങ്ങളെപ്പോലുള്ളവരെ
സംരക്ഷിക്കുകയും ചെയ്യുന്നത്?
നമ്മുടെ അതേ പ്രാർത്ഥനാഗീതങ്ങൾ
അതേ സമയങ്ങളിൽ
അതേ പുണ്യസ്ഥലങ്ങളിൽ വച്ച്
ആവർത്തിക്കുന്നതെന്തിന്?

* * *

നമ്മുടെയുള്ളിലെ ഭൂമി
സ്വയം കറങ്ങിക്കൊണ്ടിരിക്കുന്ന
കാലത്തോളം യുദ്ധമവസാനിക്കില്ല.
അതിനാൽ നമുക്ക് പരസ്പരം
നന്മയും ദയയും ഉള്ളവരാവാം
ഇവിടെ നല്ലവരായിരിക്കണമെന്ന്
അവൻ ഞങ്ങളോട്
ഇടയ്ക്കിടെ പറയുകയും
ബെയ്റ്റ്സ് പൈലറ്റിന്റെ ഈ കവിത
പാടിക്കേൾപ്പിക്കുകയും ചെയ്യുമായിരുന്നു:
"ഞാൻ പ്രതിരോധിക്കുന്നവരെ
എനിക്ക് ഇഷ്ടമില്ല.
എന്നാൽ ഞാൻ പോരാടുന്നവരോട്
എനിക്ക് ശത്രുതയുമില്ല..."

പിന്നെ അവൻ ഞങ്ങളുടെ
തടിയിൽ നിർമിച്ച കുടിലിൽ നിന്നിറങ്ങി
എൺപതു മീറ്റർ അകലെയുള്ള
കല്ലിൽ നിർമിച്ച വീട്ടിലേക്ക് നടക്കും.

* * *

അല്ലയോ അപരിചിതനേ
ഞങ്ങളുടെ വീടിന് അഭിവാദ്യമർപ്പിക്കൂ
ഞങ്ങളുടെ കാപ്പിക്കപ്പുകൾ
ഇപ്പോഴും അങ്ങനെത്തന്നെയുണ്ട്
അതിൽ ഇപ്പോഴും ഞങ്ങളുടെ
വിരലുകളുടെ ഗന്ധമുണ്ടോ?

മെടഞ്ഞിട്ട മുടിയും
കട്ടിയുള്ള പുരികവുമുള്ള
നിന്റെ മകളോട് പറയുമോ
അവളെ കാണാൻ കൊതിക്കുന്ന
ഒരജ്ഞാത കാമുകൻ
അവൾക്കുണ്ടെന്ന്?
ഒന്നിനുമല്ല... വെറുതെ...

അവളുടെ കണ്ണാടിയിൽ പ്രവേശിച്ച്
അവന്റെ രഹസ്യമറിയാൻ:
തനിക്കുശേഷം ആ സ്ഥാനത്ത്
അവൾ എങ്ങനെ
ജീവിക്കുന്നുവെന്ന് അറിയാൻ
സമയം കിട്ടുമ്പോൾ അവളോട്
എന്റെ സലാം പറയുമല്ലോ.

* * *

ഞങ്ങൾ അവനോട് പറയാനാഗ്രഹിച്ച
ഈ വാക്കുകളെല്ലാം അവൻ
നന്നായി കേട്ടിട്ടുണ്ടാവണം
പൊടുന്നനെയുള്ള ഒരു കൃത്രിമച്ചുമയിൽ
അവൻ അതൊളിപ്പിക്കും.
പിന്നെ അവൻ അകലേക്ക് നടക്കുമ്പോൾ
അവന്റെ ജാക്കറ്റിലെ കുടുക്കുകൾ തിളങ്ങും. ■

മഹ്മൂദ് ദർവിഷ്: അധിനിവേശത്തിനെതിരെ അക്ഷരപ്രതിരോധം

അംജദ് അമീൻ കാരപ്പുറം

ജനിച്ചുവീണ മാതൃരാജ്യത്തിന്റെ ഗൃഹാതുരത്വം തുളുമ്പുന്ന നനവുള്ള ഓർമ്മകളിൽ നിന്ന് പറിച്ചുമാറ്റപ്പെട്ട് മറ്റൊരു ദേശത്ത് അഭയാർത്ഥിയായി ജീവിക്കേണ്ടി വരുന്ന അനേകം മനുഷ്യരുണ്ട് ഭൂമിയിൽ. ഹൃദയം നുറുങ്ങുന്ന ആ വേദന അത്രമേൽ അനുഭവിച്ച പലസ്തീൻ ജനതയുടെ ആത്മവിശ്വാസം കെടാതെ ആളിക്കത്താൻ സഹായിക്കുന്ന ഇന്ധനമാണ് മഹ്മൂദ് ദർവീഷിന്റെ കവിതകൾ.

പലസ്തീൻ ചെറുത്തുനിൽപ്പിന്റെ കവിയായി അറിയപ്പെടുന്ന ദർവീഷിന്റെ കവിതകളിൽ ഒരേസമയം രാജ്യസ്നേഹവും പ്രണയവും പോരാട്ടവും തത്ത്വജ്ഞാനവും കടന്നുവരുന്നു. വെടിയൊച്ചകൾക്കും ഷെല്ലാക്രമണങ്ങൾക്കുമിടയിൽ നിന്ന് എല്ലാമുപേക്ഷിച്ച് ഓടിരക്ഷപ്പെടുന്ന എണ്ണമറ്റ പലസ്തീനികളെ ജീവിക്കാനും പോരാടാനും സ്വപ്നം കാണാനും പ്രേരിപ്പിക്കുന്ന വരികളാണ് അദ്ദേഹത്തിന്റേത്.

പലസ്തീനിലെ ഗലീലിയിലുള്ള അൽ ബിർവ എന്ന ഗ്രാമത്തിൽ 1941 മാർച്ച് 13നാണ് ദർവീഷിന്റെ ജനനം. 1948ലെ യുദ്ധാനന്തരം തകർന്നടിഞ്ഞ തന്റെ ഗ്രാമത്തിൽ നിന്ന് കുടുംബത്തോടൊപ്പം അദ്ദേഹം ലബ്നാനിലേക്ക് പാലായനം ചെയ്തു. ഒരു വർഷത്തിനു ശേഷം സ്വന്തം നാട്ടിലേക്ക് തിരിച്ചുവന്നെങ്കിലും ദൈർ അൽ അസദിൽ അഭയാർത്ഥിയായി ജീവിക്കേണ്ടി വന്നു.

സ്കൂൾ പഠനകാലത്തിനിടയ്ക്ക് ഹൈഫ നഗരത്തിലേക്ക് മാറിത്താമസിച്ച ദർവീഷ് പിന്നീട് ഉന്നത വിദ്യാഭ്യാസത്തിനായി സോവിയറ്റ് യൂണിയനിലേക്കും ശേഷം

ഈജിപ്തിലേക്കും ലബ്നാനിലേക്കും പോയി. 1973ൽ പലസ്തീൻ ലിബറേഷൻ ഓർഗനൈസെഷന്റെ ഭാഗമായ തോടെ വിലക്ക് നേരിടുകയും ജന്മനാട്ടിലേക്ക് മടങ്ങി വരാൻ 22 വർഷം കാത്തിരിക്കേണ്ടി വരികയും ചെയ്തു. 2008 ഓഗസ്റ്റ് 9ന് അമേരിക്കയിലെ ഹൂസ്റ്റണിൽ വച്ചു നടന്ന ഒരു ഹൃദയശസ്ത്രക്രിയയ്ക്കുശേഷം തന്റെ അറുപത്തി യേഴാം വയസ്സിൽ അദ്ദേഹം മരണപ്പെട്ടു.

യുദ്ധഭീതിയും യുദ്ധാനന്തര കെടുതികളും പ്രമേയ മാവുന്ന ദർവീഷിന്റെ കവിതകൾ ആ നാടിന്റെ കലുഷി തമായ രാഷ്ട്രീയ സാഹചര്യത്തെ നമുക്കു മുന്നിൽ വരച്ചു കാട്ടുന്നു. തകർന്നടിഞ്ഞ കെട്ടിടങ്ങളെപ്പറ്റിയും നിണം മണക്കുന്ന തെരുവുകളെപ്പറ്റിയും ഭൂപടത്തിൽ നിന്ന് പതിയെ മാഞ്ഞുപോവുന്ന തന്റെ ദേശത്തെപ്പറ്റിയുമെല്ലാം പറയുമ്പോഴും അദ്ദേഹം വായനക്കാരന്റെ മനസ്സിൽ പ്രതീ ക്ഷയുടെ നാമ്പുകൾ അവശേഷിപ്പിക്കുന്നു. അധിനിവേശ മെന്ന വിഴുപ്പുഭാണ്ഡമൊഴിയുമ്പോൾ നാം മാതൃരാജ്യ ത്തേക്ക് മടങ്ങി വരുമെന്നും വെടിയൊച്ചകളും സ്ഫോട നങ്ങളുമില്ലാത്ത പുതിയ പ്രഭാതത്തിലേക്ക് ഉണർന്നെഴു ന്നേൽക്കുമെന്നും സദാ സ്വപ്നം കാണുന്നു.

യുദ്ധഭീതിയിൽ എല്ലാമുപേക്ഷിച്ച് എങ്ങോട്ടെന്നി ല്ലാതെ പുറപ്പെടുമ്പോൾ കുതിരയെ വീട്ടിൽ തനിച്ചാക്കി പ്പോവുന്നതെന്തിന് എന്ന മകന്റെ സംശയത്തിന് ഒരു പിതാവ് നൽകുന്ന മറുപടിയിൽ കുടിയിയൊഴിപ്പിക്ക പ്പെടുന്ന ഓരോ പലസ്തീനിയുടെയും പ്രതീക്ഷയുണ്ട്. അത് വീട്ടിൽ ആൾത്താമസമുണ്ടെന്ന് തോന്നാനാണെന്നും ഉടനെ നാം തിരിച്ചുവരുമ്പോൾ വീട് അതുപോലെ അവിടെ യുണ്ടാവുമെന്നുമുള്ള ആശ്വസിപ്പിക്കലിൽ അവന്റെ ഉറച്ച ആത്മവിശ്വാസമുണ്ട്.

ഓരോ പലസ്തീനിയുടെയും ഹൃദയരക്തം ചാലി ച്ചെഴുതിയ വരികളിലൂടെ, കവിതയെന്നാൽ പോരാട്ടവും പ്രതിരോധവും പ്രണയവുമാണെന്ന് ലോകസാഹിത്യ ത്തിൽ അടയാളപ്പെടുത്തിയ അതുല്യപ്രതിഭയാണ് മഹ്മൂദ് ദർവീഷ്. പിറന്ന മണ്ണിൽനിന്ന് പലസ്തീനികളെ ആട്ടി യിറക്കുകയും കൊന്നുതള്ളുകയും ചെയ്യുന്ന അധിനിവേശ ശക്തികൾക്കെതിരെ അദ്ദേഹത്തിന്റെ കവിതകൾ എക്കാ ലവും ഉറക്കെ ശബ്ദിച്ചുകൊണ്ടേയിരിക്കും. ■

www.ingramcontent.com/pod-product-compliance
Lightning Source LLC
LaVergne TN
LVHW090411051026
849518LV00006B/2320
* 9 7 8 9 3 4 8 1 2 5 4 1 5 *